അരികെ
ഞാൻ

ARIKE NJAN

Edited by

Maneksha Sree Venpakal

First Edition	: May 2025
Prepress Work	: Book Nest Publishing
Press Work	: Repro India Ltd
Cover Design	: Krishna Priya
Published by	: Book Nest Publishing
Presented by	: Hridaya Digital Magazine
Phone	: +91 94966 49547 | +91 96561 61635
Email	: booknestpub@gmail.com
ISBN	: 978-93-49488-42-7

For permissions and inquiries, contact:
Book Nest Publishing
Phone : +91 97785 80700
Email : booknestpub@gmail.com

ISBN 9789349488427

അരികെ ഞാൻ

എഡിറ്റർ
മനേക്ഷ ശ്രീ വെൺപകൽ

ബുക്ക് നെസ്റ്റ്
പബ്ലിഷിംഗ്
തിരുവനന്തപുരം

പ്രസാധകക്കുറിപ്പ്

"അരികെ ഞാൻ" എന്ന കവിതാസമാഹാരം കവിതയുടെ മനോഹാരിതയും മനുഷ്യാനുഭവങ്ങളുടെ സൂക്ഷ്മതകളും മനോഹരമായി അടയാളപ്പെടുത്തുന്ന ഒരു സമാഹാരമാണ്. പ്രണയവും വിരഹവും ആത്മസംഘർഷങ്ങളും ഓരോ കവിതയിലും പ്രസരിച്ചിരിക്കുന്നു. ജീവിതത്തിന്റെ നാനാവിധ വികാരങ്ങളെയും ആവിഷ്കരിക്കുന്ന വരികൾ ഹൃദയത്തിൽ തൊടുന്നു.

ഈ സമാഹാരത്തെ വായനക്കാർക്ക് സമർപ്പിക്കാൻ ഞങ്ങൾക്ക് അതിയായ സന്തോഷമുണ്ട്. കവിതകളിൽ വിരിയുന്ന വികാരങ്ങൾ ഹൃദയത്തെ സ്പർശിക്കുന്നതിനൊപ്പം ഓരോ വരിയിലും വായനക്കാർക്ക് ഒരുപാട് ചിന്തകൾ നൽകുന്നു.

പുസ്തകത്തിന്റെ സംയോജനവും സമാഹാരത്തിന്റെ എഡിറ്റിംഗും മനോഹരമായി നിർവ്വഹിക്കാൻ മനേക്ഷ ശ്രീ വേൺപകലിന് സാധിച്ചിട്ടുണ്ട്. ഒപ്പം കവിതകൾ നൽകികൊണ്ട് ഈ സമാഹാരം സമ്പന്നമാക്കിയ എല്ലാ കവികൾക്കും ഹൃദയപൂർവ്വം നന്ദി. ഹൃദയ ബുക്സ് & പബ്ലിക്കേഷൻസ്, പുസ്തകത്തിന്റെ അവതരണത്തിൽ നൽകിയ സഹകരണത്തിനും ഞങ്ങൾ നന്ദി അറിയിക്കുന്നു.

"അരികെ ഞാൻ" വായനക്കാരുടെ ഹൃദയത്തെ സ്പർശിക്കട്ടെ, വികാരത്തിന്റെ നവീനലോകത്തേക്ക് നയിക്കട്ടെ.

ബുക്ക് നെസ്റ്റ് പബ്ലിഷിംഗ്

എഡിറ്റോറിയൽ

പുതിയ കാലത്തിന്റെ അടയാളങ്ങൾ ആയി സൂക്ഷിക്കപ്പെടേണ്ട ചില സൃഷ്ടികൾ നിങ്ങളിലേക്ക് എത്തിക്കുകയാണ്... അരികെ ഞാൻ എന്ന പുതിയ കവിത സമാഹാരത്തിലൂടെ.. ബന്ധങ്ങളുടെ ആഴവും വ്യാപ്തിയും വിവരിച്ചു തരാൻ ചിലർ തൂലികയെ നിയോഗിച്ചിരിക്കുന്നു. എഴുപത് കവികളുടെ സൃഷ്ടിയിൽ പിറന്ന ഈ രചനകളെ നിങ്ങളിലേക്ക് എത്തിക്കുകയാണ്. ജീവിതത്തിന്റെ പല ഭാവങ്ങളെയും ഇവിടെ വരച്ചു വച്ചിരിക്കുന്നു. പ്രണയവും വിരഹവും മരണവും ജീവിതവും എല്ലാം ഉണ്ട്. ഒരു ജീവിതത്തിലെ പല ഭാവങ്ങൾ പോലെ.

ലോകത്തിന്റെ നാനാ ഭാഗങ്ങളിലും ഉള്ളവർ ജീവിതത്തെയും അനുഭവത്തെയും തൂലികയിലൂടെ വരച്ചു ചേർത്തിരിക്കുന്നു. മാറി വരുന്ന പുതു തലമുറയിലേക്ക് പകരാൻ ജീവൻ തുടിക്കുന്ന വാക്കുകൾ അവരുടെ തൂലിക തുമ്പിലൂടെ ജന്മം കൊണ്ട് കഴിഞ്ഞിരിക്കുന്നു. ഡിജിറ്റൽ വേൾഡ് എന്ന ലോകത്തു മാത്രം ബന്ധങ്ങളെ ഒതുക്കുന്ന അടുത്ത തലമുറക്ക് വേണ്ടി നൽകാവുന്ന ഒരു മികച്ച സംഭാവന തന്നെയാണ് ഈ കവിതകൾ. ഇതിലെ ഓരോ വരിയിലും നിറഞ്ഞു നിൽക്കുന്നത് ബന്ധങ്ങളുടെ ആഴവും ദൃഢതയും ആണ്.

ജീവിതത്തിന്റെ പല ഭാവങ്ങളിലൂടെ കടന്നു വന്നവർ അവരുടെ ആത്മാവിനെ കോർത്തിണക്കി തൂലികതുമ്പിലൂടെ ജന്മം നൽകിയ വരികൾ. ആ വരികൾക്ക് ജീവൻ ഉണ്ടാവാം. പലയിടങ്ങളിലും രക്തത്തിന്റെ ഗന്ധം ഉണ്ടാവാം. കണ്ണീർ ഉറ്റി വീണു പടർന്ന മഷിയുടെ അടയാളങ്ങൾ ഉണ്ടാവാം. ചുണ്ടിൽ ഊറി നിൽക്കുന്ന പുഞ്ചിരി ഉണ്ടാവാം. ഈ കവിതകളിൽ ഓരോ ഇടത്തും നിങ്ങൾ ചിലപ്പോൾ കാണുന്നത് നിങ്ങളെ തന്നെ ആയിരിക്കും. നോവേറ്റ പ്രണയത്തിന്റെ അവശേഷിപ്പ് ആയോ പ്രതീക്ഷ അറ്റ് പോയ ജീവിതത്തിന്റെ യാഥാർഥ്യങ്ങളോ ആയോ ചില വരികൾ നമ്മളിൽ കടന്നു കൂടാം. അത്രയും ഒരു സാദാരണ മനുഷ്യന്റെ ജീവിതത്തോട് ഇണങ്ങുന്ന വരികൾ ആണ്. മുറിവേറ്റ സ്ത്രീ ജീവിതങ്ങൾ ഏറെയാണ് ഇന്നും. ചില വാക്കുകൾ ആ മുറിവിൽ നിന്നും വീണ്ടും രക്തം പൊടിയുന്നതിനു കാരണം ആവാം.

വായിക്കുന്ന ഓരോരുത്തരുടെയും ആത്മാവിലേക്കും **അരികെ ഞാൻ**

ഡോ. ശ്രീൻഷ അഖിൽ (വൈഗ)
എഴുത്തുകാരി

അവതാരിക

'എക്കാലത്തെയും ആകെത്തുകയായ ഒരു മനോഹര കലാസൃഷ്ടിയാണ് കവിത' അങ്ങനെ പ്രകൃതി, പ്രണയം, വിരഹം, മാതൃത്വം, ചുറ്റുപാട് തുടങ്ങി വ്യത്യസ്ത വൈകാരിക നിമിഷങ്ങളുടെ നിരന്തര ഇടപെടലുകൾ കൊണ്ടുള്ള സമർപ്പണമാണ് ഈ കവിതാസമാഹാരം.

ഹൃദയത്തിന്റെ അകകണ്ണിലൂടെ നാം കാണുന്ന കാഴ്ച്ചകളെയും അനുഭവങ്ങളെയും രൂപഭേദം വരുത്തി ഓരോരുത്തരും കുറിച്ചിടുന്ന ചിലയിടങ്ങളുണ്ട്. അത് എഴുത്തോ, പാട്ടോ, അഭിനയമോ അങ്ങനെ എന്തുമാവാം. അത്തരം ഇടങ്ങളിൽ നിങ്ങൾ എന്നെങ്കിലും എത്തിപ്പെട്ടിട്ടുണ്ടോ..? ഉണ്ടെന്നോ ഇല്ലെന്നോ ആവാം മറുപടി. അതിൽ തെറ്റില്ല.വ്യത്യസ്ത വീക്ഷണങ്ങളിലാണല്ലോ മനുഷ്യൻ പലതിൽ നിന്നും വേറിട്ടു നിൽക്കുന്നതല്ലേ.

കിട്ടുന്ന സമയത്തൊക്കെ മറ്റൊരാളുടെ എഴുത്തിൽ ഇങ്ങനെയിരുന്ന് സമയം കളയേണ്ട കാര്യമുണ്ടോ..? ഒരു ഒഴിവുസമയത്ത് എനിക്കു നേരെ വന്ന ചോദ്യമിങ്ങനെയാണ്. മറ്റൊരാളുടെ അനുഭവങ്ങളിൽ ചിലതെങ്കിലും നമ്മുടെ വ്യക്തിജീവിതത്തെ ഏതെങ്കിലുമൊക്കെ തരത്തിൽ സ്വാധീനം ചെലുത്തിയതോകഥാപാത്രങ്ങളിൽ മിക്കവരെയുംനെഞ്ചോടു ചേർത്തു നിർത്താൻ കാരണമായതോ ആവാം. ആഴ്ച്ചകളോളം സമയമെടുത്ത് മനസ്സിനെ പറഞ്ഞു പാകപ്പെടുത്തിയെടുക്കാൻ കാരണമായ ഒരുപാട് നോവലുകൾ ഉണ്ട്, കഥകൾ ഉണ്ട്, കവിതകൾ ഉണ്ട് എന്റെവായനയിൽ. അങ്ങനെ ഓരോ എഴുത്തിനും നമ്മളെ ചെറുതായെങ്കിലുമൊന്ന് ചിന്തിപ്പിക്കാൻ കഴിയാറുണ്ട് എന്ന് എനിക്ക് തോന്നിയിട്ടുണ്ട്.

വായിക്കാൻ താല്പര്യമില്ലാത്തവരുടെ മുന്നിൽ ഇരുന്നാണ് ഒരു പക്ഷെ നമ്മുടെ വായനയെങ്കിൽ തീർച്ചയായും ഇത്തരം അനുഭവങ്ങൾ

നമ്മളെ വാചാലരാക്കിയേക്കാം. വായനയെയും എഴുത്തിനെയും സ്നേഹിക്കുകയും എന്നാൽ അതിലൂടെ ഇടയ്ക്ക് മാത്രം സഞ്ചരിക്കാൻ സാധിക്കാറുള്ള എനിക്ക് പോലും ഇത്തരം വാക്കുകൾ സ്വീകാര്യമല്ലെങ്കിൽ പിന്നെ സാഹിത്യ ശാഖകളെ ഹൃദയത്തോട് ചേർത്തുനിർത്തിയവർക്കോ..?

ഇത്തരക്കാരിൽ നിന്നും വേറിട്ട് നിൽക്കുന്ന ചിലരുണ്ട് സൈബർ ഇടങ്ങളിലെ എഴുത്തിന് പുറത്തുള്ള എഴുത്തുകാരെയോ ചിന്തകളെയോ അംഗീകരിക്കാൻ ഒട്ടും തയ്യാറല്ലാത്തവർ. ഇവരുടെ മുന്നിൽ എത്തിപ്പെടുന്ന ഏതുതരം എഴുത്തും തുടക്കത്തിൽ ആവേശം ജനിപ്പിക്കുമെങ്കിൽ മാത്രം തുടർന്ന് പോവുന്ന ഒന്നായി മാറുമെന്നതാണ്വായനയുടെ വേറെയൊരു ഭാവം.

അവരെയെല്ലാം മാറ്റിനിർത്തി നിങ്ങളെ പൂർണമായി വിശ്വസിക്കുന്നുവെങ്കിൽ, സ്വന്തം കഴിവിലും ആഗ്രഹങ്ങളിലും സമയം കണ്ടെത്തി ആത്മാർത്ഥമായി തന്നെ മുന്നോട്ടുപോവുക. നമുക്ക് ചുറ്റും പലതും സംഭവിക്കാം, അതിനിടയിൽ നമ്മൾ ചെയ്യുന്നതും, നമ്മളിൽ ഉണ്ടാക്കിയ മാറ്റങ്ങളും, അത് നമ്മളെ ആരാക്കിയെടുത്തു എന്നതുമാത്രമാണ് സത്യം എന്ന് വിശ്വസിക്കുന്നയാളാണ് ഞാൻ.

കുന്നോളമുള്ളഅനുഭവതുണ്ടുകളെ അടുക്കിപ്പെറുക്കി സ്വരുക്കൂട്ടിയ സ്വകാര്യനിമിഷങ്ങളെ എഴുത്തിലൂടെ പകർത്തുമ്പോൾ കിട്ടുന്ന ആനന്ദം നിറവോടെ ആസ്വദിക്കണമെങ്കിൽ എഴുത്തിനെ നെഞ്ചോട് ചേർത്തു നിർത്തികൊണ്ടു തന്നെ വീണ്ടും വീണ്ടും തുടരുക. അംഗീകരിക്കാനും ആസ്വദിക്കാനുമുള്ള ആളുകൾ വിദൂരമല്ല.

കവിതകൾ ഇഷ്ടപ്പെടുന്ന എന്നിലേക്ക് അവിചാരിതമായി തേടിയെത്തിയ മനോഹരമായ അവസരമായതുകൊണ്ട് അവതാരികയെഴുത്ത് ലളിതമെങ്കിലും ആശംസകൾ വളരെ വലുതും ഹൃദയ സ്പർശവുമാണ്. കവിതകളെ അന്നുംഇന്നും എന്ന് വേർതിരിക്കുന്നവരുടെ ഇടയിൽ നിരന്തര മാറ്റങ്ങൾക്ക് വിധേയമായ പലതിനെയും കോർത്തിണക്കി വ്യത്യസ്തമായ ഭാവനയിലൂടെ പിറവികൊണ്ട അനേകം രചനകളാണ് നമ്മളെ ഇതിലൂടെ ഓരോ എഴുത്തുകാരും പരിചയപ്പെടുത്തുന്നത്. തങ്ങളുടേതായ ശൈലികൾ കൊണ്ട് കവിതകളെ ഇന്നും ജീവിപ്പിക്കുന്നനിങ്ങളുടെ മാന്ത്രിക ഭാവനകളിലേക്ക് വരൂ. നമുക്കൊരുമിച്ചു സഞ്ചരിക്കാം...

അഡ്വ. ഐശ്വര്യ അയ്യപ്പൻ
(അഡ്വക്കേറ്റ്, എഴുത്തുകാരി)

ആശംസ

മനുഷ്യമനസ്സുകളിൽ പുത്തൻ പ്രതീക്ഷകളുടെ ഉണർവ്വ് നൽകുന്ന ഹൃദയഹാരിയായ കവിതകളുടെ സമാഹാരമാണ് പ്രശസ്ത കവിത മനേക്ഷ ശ്രീയുടെ അരികെ ഞാൻ എന്ന കവിത സമാഹാരം ജീവിതത്തിന്റെ യാഥാർത്ഥ്യങ്ങൾ കവിതകളിലൂടെ ഒരു കുടക്കീഴിൽ ഒന്നിച്ച് ചേർക്കാൻ അരികെ ഞാൻ എന്ന കവിതാസമാഹാരത്തിലെ ഓരോ കവിതകൾക്കും സാധിച്ചിട്ടുണ്ട്. ശബ്ദഭംഗികൊണ്ടും, അർത്ഥപുഷ്ടികൊണ്ടും, ആശയസ്പുടത കൊണ്ടും എല്ലാ കവിതകളും വളരെ മികച്ചതാണ്. കവിതാസമാഹാരത്തിൽ ഓരോ കവിതകളുടെയും മനോഭാവങ്ങൾ അവരുടെ മനസ്സിലാണ് നിലനിൽക്കുന്നത്. കവി മനസ്സിന്റെ വാതായനങ്ങൾ ലളിതമായ ശൈലിയിലൂടെ കവിതകളിൽ തുറന്നുകാണിക്കുന്നു.

അരികെ ഞാൻ കവിതാസമാഹാരത്തിൽ പ്രണയം, വിരഹം, പ്രതീക്ഷകൾ, സ്ത്രീ സമത്വം, സ്വാതന്ത്ര്യം എന്നിവയെപ്പറ്റിയുള്ള കവിതകളുടെ ദർശനങ്ങൾ ഇവിടെ പരസ്പരംബന്ധിപ്പിക്കുന്നു. ജീവിതത്തിന്റെ സുഖദുഃഖങ്ങൾ, നഷ്ടസ്വപ്നങ്ങൾ, കാത്തിരിപ്പുകൾ, മനോഹരമായ ഓർമ്മകൾ എല്ലാമെല്ലാം ഓരോ കവികളും തന്റെ കവിതകളിൽ മണി മുത്തുപോലെ കോർത്തിണക്കിയിരിക്കുന്നു. പ്രണയത്തിന്റെ സുഗന്ധവും, വിരഹത്തിന്റെ വേദനയും സ്ത്രീ സ്വാതന്ത്ര്യത്തിന്റെ വിപ്ലവവും അങ്ങനെ ഒട്ടനവധി ജീവിതത്തിന്റെ നേർക്കാഴ്ച്ചകൾ കവിതകളിൽ നിറഞ്ഞു നിൽക്കുകയാണ്. വരും തലമുറയ്ക്ക് എന്നും ഒരു പ്രചോദനവും, വെളിച്ചവുമാണ് ഈ കവിത സമാഹാരത്തിലെ ഓരോ കവിതകളും, വായനക്കാർക്ക് ജീവിതയാഥാർത്ഥ്യ

ങ്ങളെ തിരിച്ചറിയാൻ ഈ കവിതസമാഹാരത്തിലൂടെ കഴിയട്ടെ എന്ന് സ്നേഹപൂർവ്വം ആശംസിക്കുന്നു. മനസ്സിൽ ഒരു കുളിർമ പകർന്നു നൽകുന്ന ഓരോ കവിതകളിലും മാസ്മരിക ലോകത്തിന്റെ പ്രതിഭാശക്തി തെളിയിച്ച എല്ലാ കവികൾക്കും ഒരായിരം ആശംസകൾ നേർന്നുകൊണ്ട്.

ഒത്തിരി സ്നേഹത്തോടെ...

ഡോ. സൗമ്യ ശ്രീകാന്ത്
ഡോക്ടറേറ്റ് ഇൻ ഹിന്ദി,
വേൾഡ് ഗിന്നസ് റെക്കോർഡ്
ജേതാവ്, എഴുത്തുകാരി)

ഉള്ളടക്കം

22. ഹിമ റിജിൽകുമാർ - എഴുത്തച്ഛന്റെ പ്രകൃതി ദർശനം
23. ഐറിൻ പത്തനംതിട്ട - ഇന്നിന്റെ ക്രൂരതകൾ
24. ജാസ്മിൻ അനീർ - പുതുമ
25. ജ്യോതി വർമ്മ - അച്ഛൻ
26. ജുനൈദ് കോട്ടപ്പുറം - ബാല്യം
27. ജ്യോതി. ജി - കാളകൂടം
28. കീർത്തികമഹേഷ് - സ്നേഹ സുഗന്ധം
29. ലിതി ജീവരാജൻ - പ്രകൃതി
30. നയൻതാര - മയിൽപ്പീലി
31. മറിയം ബീവി അബ്ദുള്ളാഹ് - എൻ പ്രണയനാഥനോടായ്
32. മേദിനി വെണ്ണിലാവ് - സ്വപ്നങ്ങൾ കൊണ്ടൊരു കൂടാരം
33. നഹീദ പി പി - ഹൃദയം
34. നാജിയ ഷെർമിൻ - പാതി
35. പാർവതി - അവളിലെ പെയ്ത്താരി
36. പ്രമോദ് എസ്. - കാവ്യ പിറവി
37. പ്രദീപ് നീലാംബരി - അമ്മ
38. പുണ്യ അശോക് - വാക്ക്
39. റംഷീല കെ.വി. അരക്കിണർ - പ്രാണന്റെ വേർപാട്
40. റംഷീല നസീർ അരക്കിണർ - ആശുപത്രി വരാന്തയിലൂടെ
41. റഹ്മത്ത് എലങ്കമൽ - അച്ഛൻ
42. രഞ്ജിത വി കെ - ഓർമ്മകൾ
43. രമണി കുന്നത്തേഴത്ത് - അരളിപ്പൂവ്
44. രഞ്ജു ഗോപാൽ നായർ - ഇരുതലമൂരി
45. രേഷ്മ.ആർ (ജ്വാലാമുഖി) - നിനക്കായി
46. റോഷ്നി ബിജു - ഭ്രാന്തി
47. സബീന - പുഴയും ഞാനും
48. അബിൻ കെ എസ്. - ഓർക്കാനായിരം ഓർമ്മകൾ
49. ശരണ്യ - ആഴത്തിലോടിയ വേരുകൾ

50. അഗ്നിപുത്രി - തെരുവിന്റെ അവകാശികൾ

51. സത്താർ തേറ്റമല - വിധി

52. ഷെമീന മൊയ്തുണ്ണി പുന്നയൂർക്കുളം - മൗനത്തിന്റെ ഇടനാഴി

53. സിനു കിടങ്ങൂർ - വൃദ്ധകാമുകി

54. ശിവകുമാർ കൊട്ടയംങ്കാട് - ഇതൾ കൊഴിഞ്ഞ പൂക്കൾ

55. സൂര്യരാജൻ - എന്നിലെ കാഴ്ച്ച

56. സുമയ്യ - കൈകൾ കോർത്ത്

57. ശ്രുതി - കാത്തിരുപ്പ്

58. ശ്രുതി നിർമ്മൽ - നാളെ

59. തഹ്സീറ കാലൊടി - മട്ടുപ്പ്

60. താരകൃഷ്ണൻ. ജി - അമ്മ

61. ഉഷാമോഹൻ - മഞ്ഞുതുള്ളി

62. അരുൺ. വി - ജീവസൗഗന്ധികം

63. യാസ്മിൻ മിർസ - സ്നേഹം

64. മേരി ദയ - സൗഹൃദം

65. ബിനോയ് വർഗീസ് - ഈ നോവിന്റെ തീരം കടന്ന്

66. അനു - ശിക്ഷ

67. ലിൻസി - മരണപുല

68. ആതിര നെല്ലിമൂട് - മരണം

69. സുനിൽ നടയ്ക്കൽ - മഴപാറ്റകൾ

70. സജിത ജി - കിനാവ്

71. ഡോ. സൗമ്യ ശ്രീകാന്ത് - ഋതുക്കൾ

72. നിജിൻ യു ആർ - വാത്സല്യം നിറഞ്ഞ അമ്മ

73. നഷറ സി. എച്ച്. - അക്കം തീർന്ന കലണ്ടർ

പ്രണയരാഗം

മനേക്ഷ ശ്രീ വെൺപകൽ

നിന്നിലേക്ക്
അലിഞ്ഞുചേരുന്നേരം
നിലാവെളിച്ചം പോലെ...
മയിൽപീലി പോലെ
വിടർന്നു നിൽക്കുമീ
എൻ മനസ്സിൽ...
സ്വർണ്ണ തളിക പോലെ
തിളങ്ങിനിൽക്കും എന്നും
എൻ വീഥിയിൽ....
നിൻ ശ്വാസത്തിൻ ഗന്ധം പോലും
എന്നെ നിന്നിലേക്ക് അടുപ്പിക്കുന്നു...
പ്രണയമാകുന്ന കൂടാരത്തിൽ
ഏഴു വർണ്ണങ്ങൾ നിറച്ചുകൊണ്ട്
നിറഞ്ഞുനിൽക്കുന്നു നീ ഇപ്പോഴും...

വിനീത

ഞാൻ...

എന്റെ ബാക്കിയായ വൈകുന്നേരങ്ങൾ
നിറയെ മുറിവേറ്റ പാട്ടുകളാണ്...

ചിരികൾ മാഞ്ഞു പോയ കണ്ണുനീർ പാട്ടുകൾ
അടയാളപ്പെടുത്തിയ പരിചിത മുഖങ്ങളാണ്...

എഴുതാൻ ബാക്കിയായ വാക്കുകളുടെ
നിലവിളികളോട് കൂടിയ ഓർമപ്പെടുത്തലാണ്...

ഇനിയും ഞാൻ ജീവനോടെ ഉണ്ടെന്ന് വാ
തോരാതെ വിളിച്ചു പറയുന്ന ഓർമകളുടെ ഓട്ടപ്പാച്ചിലാണ്...

എന്റെ ബാക്കിയായ വൈകുന്നേരങ്ങളെല്ലാം നീയി
ല്ലാതെ അവസാനിക്കുന്ന എന്റെ ആയുസ്സാണ്...

നീയില്ലാതെ, നീ നിറഞ്ഞു നിൽക്കുന്ന എന്റെ
ആയുസ്സിന്റെ ജീവനുള്ള നിമിഷങ്ങളാണ്....

ആദിത്യ ജയൻ

കാവൽ

മാറി വരുന്ന ഋതുക്കളുടെ
മനോഹാരിതയും രൗദ്രരൂപത്തിനും
സാക്ഷ്യം വഹിക്കുന്നവർ.
എന്ത് പ്രതിസന്ധി വന്നാലും സ്വന്തം
ജീവനേക്കാൾ മറ്റുള്ളവരുടെ ജീവൻ
സംരക്ഷണം ഏകുന്നവർ.
കുടുംബത്തിന് ഒപ്പം ചിലവഴിരുന്ന
സമയത്തിനെക്കാൾ കൂടുതൽ
രാജ്യത്തിന് വേണ്ടി ചിലവഴിക്കുന്നവർ
ഈ രാജ്യത്തിലെ ഓരോരുത്തിരും
സമാധാനമായി ഉറങ്ങുന്നതിന്റെ കാരണമായവർ.
ജീവിതത്തിന്റെ മുക്കാൽ ഭാഗവും നമ്മുടെ
ഒക്കെ മുഖത്ത് വിരിയുന്ന പുഞ്ചിരിക്കായി
രാജ്യത്തിന്റെ സുരക്ഷക്കായി
സമർപ്പിച്ചിരിക്കുന്ന നമ്മുടെ ഭടൻമാർക്ക്
അതിലുപരി
ഇന്ത്യയുടെ അഹാങ്കരമായ ഇന്ത്യൻ ആർമിക്കും
ഓരോ ജവാന്മാർക്കും ബിഗ് സല്യൂട്ട്

വാക

ഐശ്വര്യ സുനിൽ

വാകമരം പൂത്തു
നിൽക്കും വഴിത്താരയിൽ
നിൻ മുഖം ഓർക്കുന്നു
ഞാൻ ചെങ്കൊടിയേന്തി
കൈകളിൽ ചെന്നിണം പടർന്ന
മിഴികളിൽ നിൻ
നൊമ്പരം ഞാനറിയുന്നു...
എങ്കിലും...

ചെഞ്ചുവപ്പ് പതിയുന്ന
കരങ്ങളിൽ അതേറ്റുന്ന
നെഞ്ചിലും നോവിന്നു...
വീഥിയില്ലെന്ന് ഞാൻ
അറിയുന്നു...

ഇടനെഞ്ചിലേരിയുന്ന
കനലിലും.....
മായാതെ മറയാതെ
നിൽക്കുമോ...
മുഖമെന്നും ശോഭിതം
അന്നു പൂത്തുനിന്നോരാ
വാകമരത്തിൽ ചെമ്പുപോലെ....

സ്മരണകൾ

ഐശ്വര്യ ഭൂമിക

നിന്നോർമകൾ പൊഴിക്കും
വസന്തത്തിൻ മടിയിലായ്

പ്രണയത്തിൻ ചില്ലകൾ
കൈകൾ വിടർത്തുമ്പോൾ

മധുരസ്മരണയായ്
കാത്തുനിന്നീടുന്നു

പോയ്മറഞ്ഞ കാലത്തിൻ
നിമിനേര സൂചികൾ...

യാത്രാമൊഴി

അക്ഷയ് ബാലുശ്ശേരി

അരികിലില്ലാ നേരമൊരു തഥ്യമാണെങ്കിലും
അതിരില്ലാത്തൊരോർമ്മ നഷ്ടമാണെങ്കിലും
അറിയാതെ ഈറനാംമിഴിയുടെ രോദനം പോലു
മെന്നുള്ളിലെ അഗ്നിശമിക്കുവാൻ കെൽപ്പുള്ളതായില്ല
ഭദ്രമായെന്നോർമ്മയിൽ നീ തന്ന നിമിഷങ്ങൾ
നേരായി തീരുവാൻ ധൃതികാട്ടി...
അകാലത്തൊരുദിനം വിടചൊല്ലാതകലെ
നീ മാഞ്ഞെങ്കിലും
കാലമതിത്രയും നീയെന്നൊരനുരാഗം
നോവായെന്നിൽ ശമിച്ചിടുന്നു
പരിചിതഭാവമിന്നൊട്ടുമില്ലെങ്കിലെൻ
പകലുകൾക്കൊട്ടും തെളിമയില്ല...
രാവുകൾ പലകുറി വന്നുമാഞ്ഞെങ്കിലും
അതിലൊന്നും ഞാനിന്നു മയങ്ങിയില്ല..
പകരണമിനിയൊരു നറുസാന്ത്വനമെന്നിലായി
ഇനിയൊരു പിറവിയെ കിനാവുകാണാൻ
നേരണം ഈ ജന്മാവസാനം
നീയെനിക്കായൊരു യാത്രാമൊഴി.

അനുഷ പി.പി.

ഓർമ്മകളിലെ തുടിപ്പ്

ചിതലരിച്ചുപോയ കിനാക്കളിൽ
വെയിൽനാളങ്ങൾ ചിന്നിച്ചിതറുമ്പോൾ
നെഞ്ചിനകത്തായ് ഒരു തുടിപ്പ്
ചിതറിപ്പോയ ഓർമ്മകൾ വേദനകളായ്
കനൽകട്ടപോൽ പൊള്ളുമ്പോൾ
നെഞ്ചകമെന്തിനോ തുടിച്ചിടുന്നു
പറന്നുയരാനോ, പൊരുളറിയാ വഴിക
ളിലൂടെ നീന്തിത്തുടിച്ചു കരകയറാനോ
കഴിയാത്ത നിസ്സംഗതയിൽ ഉഴറിടുന്നു
ചിരി വിരിഞ്ഞൊരാ വസന്തകാലം
ഓർമ്മകളിൽ വർണ്ണച്ചിത്രമാവുന്നു
താളം തെറ്റുന്ന മനസ്സിന്
ഹിമാദ്രിതൻ താഴ്വരയുടെ
കുളിരണിയാൻ പുതുവഴി തേടുമ്പോൾ
ആ നെഞ്ചിൻ ചെറുതുടിപ്പിപ്പോഴും
ഓർമ്മകളെ താലോലിക്കുന്നു.

അപ്സനസുൽഫിക്കർ

തടങ്കൽ

ജീവിതമെന്ന തടങ്കലിൽ പെട്ട്
വഴിയറിയാതെ ഉഴറുന്നവനിന്നീ ഞാനും...

നാട്ടുമാവിൻ ചുവട്ടിൽ കൂട്ടുകാരോടോത്ത്
കല്ലെറിയേണ്ടിയിരുന്ന എന്റെ
ബാല്യത്തെ തടങ്കലിലാക്കിയതാര്...

രോഗത്തിന്റെ, കളിയാക്കലിന്റെ,
ഒറ്റപ്പെടലിന്റെ, നിസ്സഹായതയുടെ,
നിരാലാംബതയുടെ തടങ്കലിലെന്നെയിട്ടതാര്..

എച്ചിൽക്കൂനയിൽ നിന്നും ഒരു നേരത്തെ
വറ്റിനായി തിരയുന്ന എന്റ വിശപ്പിനെ
ഞാനിന്ന് സ്വയം തടങ്കലിലിട്ടു.

ഒരു നേരത്തെ വിശപ്പകറ്റാൻ
നീറുന്ന നെഞ്ചുമായി അലയുന്ന
എന്നെയും കൂട്ടരെയും
ഈ തെരുവിൽ തന്നെ തടങ്കലിട്ടതാര്...

തലചായ്ക്കാൻ ഇടമില്ലാത്തവരുടെ
മാനം ഇല്ലാതാക്കുന്ന മാന്യന്മാരാണോ.....
തെണ്ടിക്കൂട്ടമെന്ന്
പറഞ്ഞു അവജ്ഞതയോടെ മാറ്റിനിർത്തുന്ന സമൂഹമാണോ...
അതോ ഇവിടുത്തെ നീതിയോ, ആരാണിന്നെന്നെ
ഇവിടെ തടങ്കലിലാക്കിയത്

ആര്യ

ഭ്രാന്തി

എത്രയോ നാളായിങ്ങനെയീ
രുട്ടുമുറിയിലെ തടവുകാരിയായി.
എല്ലാവരുമെന്നെ കുറ്റക്കാരിയെന്നാരോപിച്ചു.
ജാതിയുമതവുമൊന്നല്ലാത്തൊരുവനു
ഹൃദയത്തിലൊരിടം നൽകിയതുപാപമാണത്രെ.
അങ്ങനെയെങ്കിൽ ഞാനൊരു
പാപിയാണ്, മഹാപാപി!!!
ഒന്നിച്ചുനെയ്ത ഓർമ്മകളെയോർത്തു
ഒന്നിച്ചുകണ്ട സ്വപ്നങ്ങളിലൂടെ കൈകൾ
ക്കോർത്തു നടക്കുകയാണിന്നു ഞാൻ.
ആ നിമിഷങ്ങളിൽ മാത്രമാണെന്നിൽ
പണ്ടെന്നോമറഞ്ഞൊരാ പുഞ്ചിരിവിരിയുന്നത്.
കാണുന്നവർക്കെല്ലാം ഞാനൊരു ഭ്രാന്തിയാണ്
ഓർമ്മകൾക്കടിമപ്പെട്ട മുഴുഭ്രാന്തി!

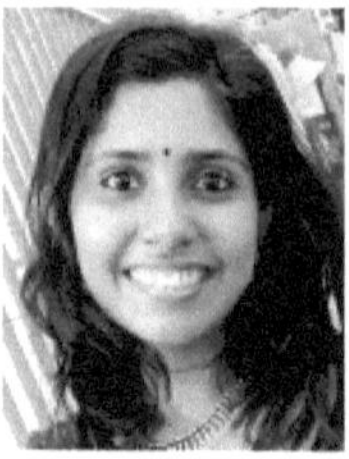

ആന അലങ്കാര വസ്തുവല്ല

ഡോ. അപർണ സുജയ്

ആനയോരലങ്കാര വസ്തുവല്ല
ജീവൻ തുടിക്കുന്ന ജീവിയത്
ചായങ്ങൾ തേച്ച മിനുക്കിനിർത്താൻ
നാണം കുണുങ്ങിയാം വധുവുമല്ല
മനുഷ്യന്റെ വരുതിയിലാക്കിയാനന്ദിക്കാൻ
കൂട്ടിൽ കൊഞ്ചുന്ന തത്തയല്ല
കരയിലെ വലിയവൻ ഒന്നു വിചാരിക്കിൽ
എല്ലാം തകർന്നടിഞ്ഞീടും നിസ്സംശയം
തന്നേക്കാൾ ബലവാനെന്നാകിൽ
ഭീതിയൊരല്പം അനിവാര്യം തന്നെ
ചങ്ങലയിട്ട് കൊണ്ടുനടക്കുമ്പോൾ
ഭ്രാന്തരോ ഞങ്ങളെന്നാവർത്തിച്ചിട്ടും
കേൾക്കാതെ കാഴ്ച
വസ്തുവേപോലെ നിരത്തിയവരെ
ക്ഷേത്രാങ്കണത്തിൽ
വെടിക്കെട്ടുകൾ കെങ്കേമമാക്കി
ആനകളൊന്നു വിരണ്ടു, നമ്മളോ
മദമിളകിയെന്നാരോപിച്ചു
ആനപ്രേമികളാകിൽ നിങ്ങൾ അവർതൻ
സ്വാതന്ത്ര്യത്തെ മാനിക്കുവിൻ
കാടുകളിൽ ബന്ധനമില്ലാതവയും
വിരാജിച്ചിടട്ടെ...

അശ്വതി സി ബിജു

മരണം

ക്ഷീണമെന്റെ സിരകളിൽ മത്ത്
പിടിപ്പിച്ചൊരാ നേരമാ
വിദൂരതയിൽ മറഞ്ഞു നിന്നെന്നെ
ചിരിതൂകി ക്ഷണിക്കുന്നൊരതിഥി...
മിഴികളിൽ മങ്ങലേറ്റിരിന്നു...,
മങ്ങിയ വെട്ടത്തിൽ കറുത്തിരുണ്ട
രൂപമിതങ്ങു കൈ നീട്ടി...
വരണ്ടുകീറി പറിഞ്ഞഅധരങ്ങളിൽ
ഒരിറ്റ് ജലത്തിന്റെ ദാഹം..,
ശോഷിച്ച രൂപമൊരു കാലത്തിന്റെ
ബാക്കിപ്പത്രമാകവേ,
അരികിലേക്കടുക്കുന്ന നിഴലെന്റെ
ഹൃദയത്തിൻ സ്പന്ദനം തേടി...
കൈകാലുകൾ ബലഹീനമാകവേ...
പിന്തിരിഞ്ഞൊരുവട്ടം കൂടി നോക്കിഞാൻ
ചിരിച്ചു കൊണ്ടതാ കാലനും,
മാടി,വിളിതുടങ്ങി...
ഭയം, സിരകളിൽ പടർത്തിയ ചൂടിനാൽ...
പാദങ്ങളകലങ്ങളിലേക്കോടി തുടങ്ങി...
എങ്കിലും, ചിരി തൂകി മുന്നിലായ്
വന്നോരാ കൈകൾ..
എന്നെയും ചേർത്ത് പിടിച്ചു...
മരണത്തിന്റെ
സമയമിതാ അരികിലേക്കടുത്തിരുന്നു...

നേരമായെന്ന കാലനും...
ഓടി തീർന്ന ഹൃദയവും, മങ്ങിയ കാഴ്ചയും
ബലഹീനമായ കൈകാലുകളും
യാത്രയവസാനിപ്പിച്ചിരുന്നു...
കാലന്റെ കരങ്ങളിൽ മുറുകെ
പിടിച്ച ഞാനെന്റെ ദേഹിയെ മുക്തയാക്കി...
യാത്രയില്ലിനി യാത്രയില്ല..
പാതിവഴിയിലായൊരു സ്വപ്നവും
സ്നേഹവും തൊടിയിലെ മാവിൻ
ചിതയിൽ കത്തിയമരട്ടെ...
എന്റെ ഓർമ്മകളിൽ നിന്റെ
സ്നേഹവും പൂത്തു തളിർക്കട്ടെ...

ആതിര രാഹുൽ
ആറുമാന്നൂർ

ഭൂമി

പട്ടുവിരിച്ച പാടങ്ങളൊക്കെയും
വെള്ളമില്ലാതിന്നു കേഴുന്നുവോ
വെയിലേറ്റു തളരുന്ന ജീവജാലങ്ങളെ
കണ്ണീരുവാർക്കയാ ഭൂമിമാതാ...
തണലേകി നിറമേകിയാടുന്ന ചില്ലകൾ
വെട്ടിമുറിക്കുന്നു മർത്യജന്മം
ഭൂമിതൻ മാറിലെ വൃക്ഷങ്ങളൊക്കെയും
കരുണയില്ലാതെ നീ കൊല്ലുന്നുവോ...

പൊള്ളുന്ന വെയിലേറ്റു ദാഹം ശമിക്കുവാൻ
ഇനിയില്ല നീരുമീ പാരിടത്തിൽ
പട്ടുവിരിച്ച പാടങ്ങളൊക്കെയും
മരുഭൂമിയാകുവാൻ നേരമായി...

പാരിൽ ഒരു പച്ചപ്പു കാണുവാൻ
മാത്രമായി കാത്തിരിക്കേണ്ട ഒരു കാലമായി
ഓർക്കേണമിന്നു നീ പാരിന്റെ ഉടയാട
അട്ടഹസിച്ചു പറിച്ച നേരം...

മാനവർക്കൊക്കെയും വെട്ടി
നിരത്തുവാനുണ്ടായ യന്ത്രമോ നിരപരാധി
നട്ടു നനച്ചു വളർത്തുവിൻ പ്രകൃതിയിൽ
മണ്ണിനോടുള്ളൊരാ വികൃതി മാറ്റി...

മലകളും പുഴകളും തഴുകുന്ന മാരുതൻ
മന്ദസ്മിതം തൂകി നിൽക്കുമപ്പോൾ
കത്തിക്കരിയുന്ന പ്ലാസ്റ്റിക് മാലിന്യം
പാടെ മറന്നു ചിരിക്കും കാറ്റ്...
നാളേക്ക് വേണ്ടി നാം തണലൊന്നു നൽകിയാൽ..
ഭൂമി മരിക്കില്ല വിഷവും ജനിക്കില്ല ഭൂമി സത്യം
നിത്യം ശ്വസിക്കുവാൻ ജീവൻ തുടിക്കുവാൻ
കൊന്നിടല്ലേ പൊന്നു ഭൂമിയെ നാം....
കൊന്നിടല്ലേ പൊന്നു ഭൂമിയെ നാം

ആതിര രാജൻ

മഴപ്പെണ്ണ്

നിറമേതുമില്ലാതെ
പെയ്തിറങ്ങിയോരോ
ഹൃത്തിലും
നിറമുള്ള സ്വപ്നങ്ങൾ
പകരുന്നവൾ...
മനമുരുകും വേളയിൽ
പെയ്തിറങ്ങിയെൻ
മനതാരിൽ
ആശ്വാസമാകുന്നവൾ...
രാത്രിതൻ മാറിൽ താനേ
മയങ്ങുമ്പോൾ
കുളിരായി വന്നെന്നെ
പുൽകുന്നവൾ...
ഈ മണ്ണിൽ
ഞാൻ മയങ്ങും
നേരമതിൽ
മിഴിനീരാൽ പൊതിയുന്ന
പെണ്ണാണിവൾ...
എൻ ജീവനാം
എൻ പ്രിയ
കളിത്തോഴി നീ!

അരുമകിടാവ്

ബിന്ദു കാർത്തികേയൻ

താലോലിച്ചോമനിച്ചുമ്മവച്ചും
താരാട്ട് പാടിയുമോമനിച്ചും
മാറോട് ചേർത്ത് കിടത്തി ഉറക്കിയും
ആത്മാവിൽ സ്വപ്നമായ് നീ വളർന്നു...

അമ്മക്ക് രാജകുമാരനായി
അച്ഛന്റെ തണലിലവൻ നടന്നു
കിളിയോട് കളി ചൊല്ലി
പൂക്കളോട് കഥ പറഞ്ഞങ്ങനെ
അവൻ വളർന്നു...

എന്തിനുമൊന്നമനായ് വളർന്നു
സൗഹൃദത്തേനുണ്ടവൻ നടന്നു
സൗഹൃദക്കൂട്ടത്തിലൊരുനാളിലെവിടെ നിന്നോ
പകയുടെ നാളങ്ങൾ പൊന്തിവന്നു...

മെല്ലെയടുത്തങ്ങ് കാപാലികർ
കൊച്ചിളം മേനി ചതച്ചരച്ചു
അസ്ഥികളൊക്കെയടിച്ചൊടിച്ചു
പ്രാണൻ പിടഞ്ഞവൻ നിലവിളിച്ചു...

അമ്മേയെന്നാർത്തവൻ കേണിടുമ്പോൾ
ഉന്മത്തരാക്ഷസരാർത്തു ചിരിച്ചു
തെമ്മാടിക്കൂട്ടങ്ങൾ കൈയ്യടിക്കേ
ദീനമാശബ്ദം നിലച്ചിരുന്നു.

ബിന്ദു സി.പി.

കൃഷ്ണയണം

കണ്ണാ
നിന്റെ ചുരുട്ടി പിടിച്ച
വിരലുകളിൽ
ഒളിപ്പിച്ചുവെച്ച
മഞ്ചാടി മണികളിൽ
നിന്റെ പ്രണയം
ഞാൻ കണ്ടതാണ്!
അവിടുന്നിങ്ങോട്ട്
എത്ര കാതം!എത്ര ജന്മങ്ങൾ!
എത്ര യുഗങ്ങൾ!
ചോർന്നുപോയ
മഞ്ചാടിമണികൾ
മുളച്ചും പൂത്തും, കായ്ച്ചും
കൊണ്ടേയിരിക്കുന്നു!
എല്ലാ ഹൃദയങ്ങളെയും
കൊതിപ്പിച്ച് ഒളിപ്പിച്ച് കടന്നു
കളയുന്ന
നീ, ഇന്നും...

ദീപ ജോജി

ഉൾത്താപം

പറയുവാനേറെയുണ്ടെനിക്കെങ്കിലും
ഒരു കുഞ്ഞു ഗദ്ഗദം
ഉള്ളിൽ നിന്നുരുത്തിരിഞ്ഞെൻ
നാവിന് തടയണ തീർക്കുന്നുവോ.....

കാണുവാനേറെയുണ്ടെന്നാകിലും
അരുതിന്റെ മേച്ചിൽ പുറങ്ങളിൽ
ഇടതടവില്ലാതെ പെയ്യുന്ന
മൂടൽമഞ്ഞവയെ മറയ്ക്കുന്നുവോ....

കേൾക്കുവാൻ കൗതുകമേറെയുണ്ടെങ്കിലും
ക്രൂരമ്പുപോലാ ശബ്ദവീചികൾ
ഹൃദയത്തെ കീറിമുറിക്കുന്നുവോ
ചുടുചോര ചാലുകൾ തീർക്കുന്നതറിയാതെ.....

ഏകാന്തതയുടെ ഇരുട്ടറയിൽ
കൊട്ടിയടയ്ക്കപ്പെട്ട വാതിലിനു മുൻപിൽ
നിസ്സഹായതയുടെ കമ്പളത്തിനുള്ളിൽ
ഞാനുമെൻ സ്വപ്നങ്ങളും മാത്രം....

ഞാൻ എന്ന ഞാൻ!

ദീപേഷ് ശിവൻ പിള്ള

സൂര്യന്റെ താപമേറ്റ് പുൽനാമ്പ്
തളരവേ!
ഇളം കാറ്റിനെയാകാം ആ
പുൽനാമ്പിൻ തേടൽ.
ഒരു നിമിഷ നേരമെന്നാകിലും
എൻ കണ്ണിൻ നനവില്ലൂട്ടൂർന്നത്
എൻ കണ്ണുനീർ ആകിലും.
ഓർമപ്പെടുത്തലിൻ തീരത്ത് ഞാൻ,
എൻ കണ്മണി പൂക്കളെ
ഓർത്തുപോയി.

പണം എന്ന ലോകമേ..
ഇവിടെ ഞാനും മനുഷ്യൻ.
എന്നിലെ സ്നേഹത്തെ തല്ലിക്കെടുത്തി
യെൻ കണ്മണി പൂക്കളെ
പൊട്ടിച്ചെടുത്തൊരാബ
കപടലോകമേ നിന്നോടു
ഞാനെന്തു പറയേണ്ടു.

എന്നു ഞാൻ ഓർക്കവേ...
ഓർമപ്പെടുത്തൽ പോലെൻ
കണ്ണൊന്നിടറവേ..
ആരായോ ഓർത്തു ഞാൻ?

അവർക്കായി കെട്ടുത്തിയെൻ
ജീവന്റെ കലാചക്ര സൂചിക
ചിരിക്കുന്നു

ഞാനല്ലയോ ആ ഞാനോർത്തു.
ഞാനുമൂറി ചിരിച്ചു.
കണ്ണിൻ നനവിൽ പടർന്നൊരാ
വിയർപ്പന്നോർത്ത് തള്ളിക്കളഞ്ഞോരാ
ബാഷ്പം പോലെ ഞാൻ...!

ഷാൽവിൻ പ്രതീഷ്

ഫോണിന്റെ പതനം

ഫോൺ മരിച്ചല്ലോ മരിച്ചല്ലോ
ഇനിയെങ്ങനെ യൂട്യൂബ് കാണും
ഇനിയെങ്ങനെ ഗെയിം കളിക്കും
ഇനിയെങ്ങനെ ഫോട്ടോയെടുക്കും
ഇനിയെങ്ങനെ ഓർഡർ ചെയ്യും
പണ്ടേ കാലം ഫോണില്ല
അന്നൊക്കെ സന്തോഷം
ഇക്കാലത്ത് ഫോണുണ്ട്
ഇന്നൊക്കെ സങ്കടം
എന്തിനാണീ ഫോൺ നോക്കുന്നത്
കണ്ണിൻ കാഴ്ച പോകാനോ
ഫോണിൽ കളിച്ച് കളിച്ച്
ഫോണിൻ ഡിസ്പ്ലേ പോയല്ലോ
അങ്ങനെ ഫോൺ മരിച്ചല്ലോ
സന്തോഷത്തിൻ നാളായി

നാരീ ഗൃഹം

ഫസ്ന പി.

അവൾ സഞ്ചരിക്കുന്നൊരു വീടാണ്,
പോകും വഴിയെല്ലാം
മേൽവിലാസം തിരയുന്നവൾ.
പോകുന്നിടത്തെല്ലാം വീട്
കയ്യിൽ വെക്കുന്നൊരുവളും.

വൈകുന്നേരങ്ങൾ കാത്തിരുന്ന
ആറാനിട്ട അയലിലെ വസ്ത്രങ്ങൾ,
മുറ്റം പരത്തിയ കായ്കൾ.
കൊക്കി കുറുകുന്ന കിളികൾ,
നനവ് കാത്തിരിക്കും ചെടികളും മറ്റും,
അവൾ പോകും വഴിയേ കൂട്ടിനും പോകും

എന്നിട്ടും...

സ്വന്തമെന്നു പറയാൻ മണ്ണടരുകളോ,
കെട്ടിനിർത്താൻ പാകത്തിന്
അതിർത്തിയോ, ഇല്ലാത്ത
ശിലാരൂപ ശില്പമാണവൾ.

വൈകിയെണീക്കുന്ന പെണ്ണ്
വീടിനൈശ്വര്യക്കുറവെന്ന് ചൊല്ലിയവർ,
ഏഴു ദിനത്തേക്ക് തീണ്ടലെന്നു
മൊഴിഞ്ഞ് ഇരുൾ മുറിയിലടച്ചു.

വീടിനോട് ചേരും പറമ്പിൽ
മാറ്റിപ്പണിയും കുറ്റിപ്പുര പണിത്

അവളിലെ ബാല്യം കൗമാരം തീണ്ടി.
കണ്ണു പൊത്തിക്കളിക്കും ഇടനാഴിയിൻ
ചുമരിൽ വിള്ളലുകൾ വീഴ്ത്തി
അവളൊരു ചേച്ചിയായി.

ചില്ലു ഭരണികൾ പങ്കു വെക്കും
ചോറ്റു പാത്രത്തിൻ രുചിയിൽ
നവരസ ചിരി പടർത്തി
അവളൊരു സുഹൃത്തായി.

കിതയ്ക്കും കിളിവാതിലിൽ
അവളൊരു പ്രണയിനിയും,

കൊട്ടിയടയ്ക്കും വാതിലിനപ്പുറം
അവളൊരു ഭാര്യയായി.
കടപ്പാടുകൾക്ക് ഇടം നൽകി
കിടപ്പറയിൽ
ഒതുങ്ങി കൂടുന്നൊരുവളും.

കാത്തിരിക്കും പടിപ്പുരയില-
വളൊരമ്മയായി.
വീടിന്റെ തെക്കേമൂലയിലെ
അസ്ഥിത്തറയിലവളൊരു
അമ്മൂമയായി.

അവളുടെ ഓർമ്മകൾക്ക് വഴുക്കി
വീഴാൻ പാകത്തിനവർ പണിത
കുളിരിൻ വാസന മുറികളിൽ
ഓർമ്മയുടെ വെളിച്ചം ചിതറാത്ത
വാതിലിൻ പഴുതിന്
മറവി താഴായി മാറി.

തേൻ വയമ്പിൽ രുചി നുണഞ്ഞു
മച്ചിൻ ഭംഗി നോക്കിയ ശൈശവം,
അതേ മച്ചിന്നിരുളിൽ
കൈപ്പുനീർ കുടിച്ച് നിശബ്ദമാം
ശ്മശാനം കാത്തിരിന്നു.

വീടിൻ വടക്കുഭാഗം
വെന്ത മണങ്ങളുടെ,
ചവർപ്പിൻ പുകച്ചുഴിയുടെ
അവശതയൊട്ടുമില്ലാതെ
ഉമ്മറക്കോലായിലേക്ക്
ഒരു സൽക്കാര പുഞ്ചിരി
സമ്മാനിച്ചു.
ശാസ്ത്ര കണക്ക് പിഴക്കാതെ
പണിത വീടിനകത്ത് ചിലരുടെ
മനശാസ്ത്ര കണക്ക് പാടെ
തെറ്റിപ്പോയി.

ഗൃഹ നില തെറ്റിയതിൽ പിന്നെ
വീടെന്ന കാട്ടിൽ
സ്നേഹവേരുകളന്വേഷിച്ച്
പോകും നേരം
അറിയാതെ വരും വിദ്വേഷ
കാറ്റതിൻ ചില്ലയൊടിച്ചു കളഞ്ഞു.

ആ ചില്ല വീണിടം മുഴുവൻ അവളുടെ
വിരലടയാളങ്ങളായിരുന്നു.
ആരും കാണാതെയാ വിരലടയാളങ്ങൾ
നിലം പൊത്തിയ ക്രൂരയ്ക്കടിയിൽ
പെട്ട് തേങ്ങി.

പതിവ് പോലെ...
ആരുമത് കേട്ടതേയില്ല!
കേട്ടതേയില്ല.
കേട്ടവർ...

വിലയറിയാൻ

ഗീത അശോക് കാഞ്ഞങ്ങാട്

വിലയറിയണമെങ്കിൽ 'വില'പ്പെട്ടടുത്തെത്തണം...
മാതാപിതാക്കളുടെ വിലയറിയാൻ
അവരെ നഷ്ട്ടപ്പെട്ടോരോട് ചോദിക്കണം..
കണ്ണിൻ വിലയറിയാൻ അത് ഇല്ലാത്തവരോട്
ചോദിക്കണം...
ആരോഗ്യത്തിൻ വിലയറിയാൻ
രോഗശയ്യയിലെ രോഗിയോട്
ചോദിക്കണം..
മക്കളുടെ വിലയറിയാൻ അവരെ
താലോലിക്കാൻ കൊതിക്കുന്നവരോട്
ചോദിക്കണം...
ഭക്ഷണത്തിൻ വിലയറിയാൻ ദാരിദ്ര്യത്താൽ
വിശപ്പമർത്തുന്നവരോട് ചോദിക്കണം..
ചെറിയ കുടിലിൻ വിലയറിയാൻ കിടക്കാൻ
ഒരിടമില്ലാത്തവരോട് ചോദിക്കണം...
ഇങ്ങനെ ഉള്ളവർ ഉള്ളതിൻ മൂല്യമറിയാതെ,
ഇല്ലാത്തതിനെ പഴി പറഞ്ഞു തീർക്കുന്നിജീവിതം.
കിട്ടിയ സൗഭാഗ്യമൊന്നുമേ അറിയാതെ
കിട്ടാത്തതിൻ പിറകെ പോയ് ഉരുകി
പുണ്യമാം ജന്മം വെറുതെ പാഴാക്കുന്നു..

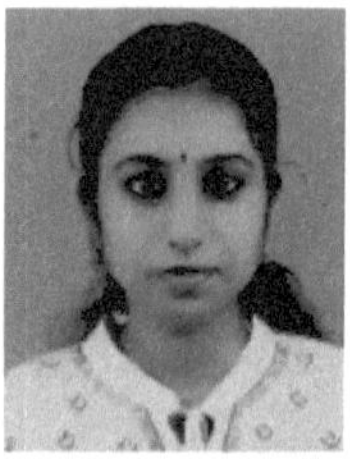

ഹരിത ശ്രീജിഷ്

നിനക്കായ്...

നിൻ സ്നേഹക്കൂട്ടിലേക്ക് ചേക്കേറിയ
നാൾ തൊട്ട് ഞാൻ അറിഞ്ഞ
നിൻ അഗാധപ്രണയമെന്നും
എന്നിലൊരു കുളിർമായാണ്...
എന്നിൽ വിരിഞ്ഞ ഇത്തിരി
ആശകളെല്ലാം അത്രമേൽ
വർണം വീശി നീ എനിക്കായി
മനോഹരമാക്കി...
നിൻ സ്നേഹം വാത്സല്യത്താൽ
എന്നിൽ പൂത്തതെല്ലാം,
ആരും കണ്ടാൽ കൊതിക്കുന്ന
അത്രയും മധുവസന്തങ്ങളും...
ഒത്തിരി തേന്നൂറും പൂക്കളാൽ
അലകൃതമാക്കിയിരുന്നു
നീ അന്നും എന്നും എന്നെ...
രാവ് മയങ്ങി പുലരി തെളിഞ്ഞാലും,
കരയോട് അണയാൻ വെമ്പുന്ന തിര പോലെ
നമ്മുടെ ഇരു ഹൃദയതാളങ്ങളും
ഇനിയും ഒന്നായി അത്രമേൽ തുടിച്ചുയരട്ടെ...

എഴുത്തച്ഛന്റെ പ്രകൃതി ദർശനം

ഹിമ റിജിൽകുമാർ

പ്രകൃതി, എന്റെ കലം നിന്റെ
സൗന്ദര്യത്തെ എഴുതുന്നു
നിന്റെ പച്ചപ്പുല്ലുകൾ, എന്റെ
പേജുകളിൽ പൂക്കുന്നു
നിന്റെ പക്ഷികൾ, എന്റെ
വാക്കുകളിൽ പാടുന്നു

പ്രകൃതി, എന്റെ എഴുത്തുകൾ
നിന്റെ സൗന്ദര്യത്തെ പ്രതിബിംബിക്കുന്നു
നിന്റെ മഴ, എന്റെ കലം നിന്റെ
സൗന്ദര്യത്തെ എഴുതുന്നു
നിന്റെ പ്രകാശം, എന്റെ
വാക്കുകളിൽ പ്രതിബിംബിക്കുന്നു

ഇന്നിന്റെ ക്രൂരതകൾ

ഐറിൻ പത്തനംതിട്ട

ഇന്നിൻ ലോകത്ത് നടനാമാടുന്ന
കൊടുംക്രൂരതകൾക്കു എന്നാണാവോ
അറുതിയുണ്ടാവുക എന്ന് എത്രയോ
തവണ എൻ ഉള്ളത്തിൽ ചോദ്യശകലമായി...
അവശേഷിച്ചിടുന്നു...
എത്രയോ മാതാപിതാക്കൾ തൻ
ജീവിതവ്യതിചലനങ്ങളാൽ കുഞ്ഞുകുരുന്നുകൾ ദുഃഖം
അനുഭവിച്ചിടുകിലോ...ആ കുരുന്നുകളെ കരുതുവാനായി
പലവാതിലുകൾ മുട്ടിടുന്നോരെത്രപേർ ഈ രിപുവിൽ...
ക്രൂരതകൾക്കുമേൽ ക്രൂരതയായി
മനുഷ്യത്വം മരിച്ച എത്രയോ കാപാലികന്മാർ...
എത്രയോ ജീവിതങ്ങളെ പിച്ചിചീന്തിയ വാർത്തകൾ...
എൻ കാതിനെ മടുപ്പിച്ച എത്രയോ
സംഭവങ്ങൾ പ്രായഭേതമന്യേ...
ആരിലും കാമകണ്ണുകളുമായി
പതിയിരിക്കുന്ന കാമവെറിയിൽ
പട്ടുപോയ ജീവിതങ്ങൾ...
പഴമതൻ പ്രണയത്തിൻ സ്നേഹത്തിൻ
സ്വത്വം നിറഞ്ഞിരുന്നു...
എങ്കിലുമോ... ഇന്നിൻ പ്രണയങ്ങൾ
അടിമചരടിനു തുല്യമീ... ക്ഷിതിയിൽ
ചില നേരങ്ങളിൽ ഇനി ഇത്
അരുത്... അരുത്... ഈ സ്നേഹബന്ധം

ഇടരുവാൻ സാധ്യമല്ലേ
ന്നോതുകിലോ ഭീക്ഷണികൾ...
തൻ പൂമാല കവചം തീർത്തിട്ടും
ഇന്നിൻ സ്നേഹിതർക്കിടയിൽ
സമൂഹത്തിനു മുമ്പിലായി
നോക്കുവാനാകാതെ തലകുനിഞ്ഞു
പോകും...വിധത്തിലായി കാര്യങ്ങൾ
നീങ്ങുകിലോ .പ്രണയിക്കുവാൻ
ഇല്ലന്ന് പറഞ്ഞതിന്റ പേരിലോ..
പ്രണയനൈർമ്മല്യത്തിൽ അവർ
തൻ ആവിശ്യങ്ങൾ നിറവേറ്റിയിട്ടും..
കൊലയ്ക്കു ഇരയായിതീർന്നോരെത്രപേർ..
ആൺ പെൺ വ്യത്യാസം ഇല്ലാതെ....
പിന്നെയും ഉണ്ട് ഏറെ ക്രൂരതകൾ...
സ്ത്രീ ഒരു ധനം തന്നെ... എങ്കിലുമോ?
ഇന്നിന്റെ നിറപകിട്ടിൽ പൊന്നിൽ
തിളങ്ങുന്ന സ്ത്രീ... നാളെയുടെ യാമത്തിലോ..
ആത്മഹത്യായുടെ വക്കിലായി..
കത്തിയമരുന്നു... കൊടുത്തത്, ലഭിച്ചത്
ഒക്കെയോ കുറഞ്ഞുപോയി എന്നുള്ള
വാക്കിനാൽ അവൾക്കു നേരെ
ശത്രുസംഹാരം നടത്തുന്ന നരഭോജികൾ..
ഇന്ന് ഏറിവരുന്നത് കാണുകിലോ...
പേടിപെടുത്തും...നാളെയുടെ
യാമത്തിൽ ഇങ്ങനെയൊന്നുമെ
ആകരുതെന്നു സ്വയമേ മന്ത്രിക്കുന്ന
എത്രയോ മനുഷ്യമക്കൾ....

ജാസ്മിൻ അനീർ

പുതുമ

ഓരോ പുലരികളും പുതുമയുള്ളതാകൻ
നിനച്ച് ഞാനുറങ്ങും...
സ്വപ്നങ്ങൾഅതിർ വരമ്പുകളില്ലാതെ വിതച്ചു..
ചുണ്ടിലൊരു കവിത വിരിഞ്ഞു...
മധുരമൂറും കരിമ്പും കൈപേറും കാഞ്ഞിരവും
നിമിഷങ്ങൾ നുണഞ്ഞു...
വാക്കുകൾ വേവ് കൂടി കഞ്ഞികുടിക്കാൻ
പാകത്തിലായ്.
എഴുത്തുപുരയിൽ സങ്കല്പങ്ങൾ വിരിഞ്ഞു
കഥയായ് കവിതയായ്...
ഇഷ്ടങ്ങളെ താലോലിച്ചു...
വാക്കുകൾ പിറന്ന പുലരിയിൽ മേഘങ്ങൾ പന്തലിട്ടു
പുതുമയായ് പുതുമഴ തകർത്തു പെയ്തു...

ജ്യോതി വർമ്മ

അച്ഛൻ

മുറ്റത്തിറമ്പിലെ മൂവാണ്ടൻ മാവിന്റെ
അങ്ങേത്തലക്കലെ വണ്ണാത്തി ചൊല്ലി
കേട്ടുവോ,
നിന്നച്ഛനിന്നലെയെൻ
സ്വപ്നച്ചിറകേറി വന്നിരുന്നു
അതുകേട്ടതിശയം പൂണ്ടു ഞാൻ നിൽക്കവെ
ചാരത്തണഞ്ഞവൾ വീണ്ടും മൊഴിഞ്ഞു
ഒരു കയ്യിൽ ഗോതമ്പുമണികളും മറുകയ്യിൽ
മൂവാണ്ടൻ മാമ്പഴമൊന്നും കരുതിയിരുന്നു
വണ്ണാത്തിയതു ചൊല്ലും പോലെയെൻ മനമോതി
എന്താണിതൊക്കെയെന്ന് ഉള്ളൊന്നു കാളി
ചെറു തൂവലുകൾ നക്കിത്തുടച്ചവൾ
കണ്ണെത്താ ദൂരെ പാറിപ്പറന്നുപോയ്
അച്ഛൻ മയങ്ങുന്ന മണ്ണിന്റെയരികത്തായ്
നിശ്ചലം നിൽക്കെ ഹൃത്തടം ശാന്തമായ്
ശൈശവം, ബാല്യം, പിന്നെ കൗമാരകാലവും
പിന്നിട്ട ഓർമ്മകൾ മേയുന്ന മണ്ണിന്റെ
ഗന്ധം നുകർന്നും
ഓർമ്മകൾ പിന്നോട്ടു പോയെന്റെ വീടിന്റെ
നാലുകെട്ടിന്നകത്തളങ്ങളിൽ ചേക്കേറി
കൊച്ചുരുളകൾ ഉരുട്ടിയും, ഊട്ടിയും
പിന്നെയാ തോളിൽ കിടത്തിയുറക്കിയും
ചക്കനെക്കാവിലെ അമ്മയെ കാണിച്ച്

കുഞ്ഞു മനമതിൽ ദൈവഭക്തി നിറച്ചതും
പൂക്കൾ കൊരുത്ത് ഹാരങ്ങൾ തീർത്തതും
കാവിലെ അമ്മക്ക് അർപ്പിച്ചതും
ഗർവ്വം നടിച്ചും, ചട്ടം പഠിപ്പിച്ചും
ജീവിതവൃത്തങ്ങൾ താണ്ടാൻ പഠിപ്പിച്ച
വച്ചും, വിളമ്പിയും അമ്മയായി പിന്നെ
അറിവു പകരുന്ന ഗുരുനാഥനമായി
താതന്റെ ഓർമ്മകൾ വടവൃക്ഷമായെന്റെ
ഹൃത്തിൽ പടർന്ന് ആത്മഹർഷങ്ങളായി
എന്നുമെന്നുണർവ്വിന്റെ പര്യായമച്ഛൻ
സ്നേഹം ചുരത്തുന്ന ധേനുവച്ഛൻ
അറിയാതെ ഞാനുമങ്ങേതോ
വിഷാദച്ചുഴിയിൽ പിടയവേ
സാന്ത്വനമേകുന്ന കാരുണ്യമച്ഛൻ
കൂട്ടുമ്പോൾ ഇമ്പമേറുന്നൊരീ വീടോർമ്മകൾ
ഹൃത്തിൽ പകർന്ന ദീപമാണച്ഛൻ
വാത്സല്യ ദുഗ്ധവും
നേർവഴിത്താരയും
കാലമാം ചക്രത്തിൻ
കാവലാം സൂര്യനും
തണലായി കരുതലായ്
താതന്റെ വാത്സല്യം
നിഴലെന്ന പോലെന്നിൽ
ഹരിതാഭയേകുന്നു.

ബാല്യം

ജുനൈദ് കോട്ടപ്പുറം

പാടവരമ്പത്തും ഏറുമാടത്തിലും
നിന്നെ ഞാൻ തിരഞ്ഞു...
കുളവക്കിലും മാഞ്ചോട്ടിലും
നിന്നെ ഞാൻ തിരഞ്ഞു...
തോട്ടിലും ആറ്റിലും
നിന്നെ ഞാൻ തിരഞ്ഞു...
പറമ്പിലും പുൽമേടിലും
നിന്നെ ഞാൻ തിരഞ്ഞു..
കാറ്റും മഴയും
ഇടിയും മിന്നലും
വരുമ്പോൾ
കൂടെ നിന്നെക്കൊണ്ടുവന്നോ
എന്ന് ഇറയത്തേക്കിറങ്ങി
നോക്കി ഞാൻ...
നിന്നെ മാത്രം
കണ്ടതില്ല ഞാൻ...
ബാല്യമേ...
നീ പോയ്മറഞ്ഞ
വഴികളുടെ ശേഷിപ്പുപോലും
ബാക്കിയില്ലാതായിപ്പോയല്ലോ...

ജ്യോതി ജി.

കാളകൂടം

മിഴി അടയും മുൻപൊരുമാത്രകൂടി
ഞാൻ അലിവോടെ എൻ മകന്റെ
മുഖമൊന്നു കണ്ടു.. പന്ത്രണ്ടു വർഷം
കാത്തിരുന്നതിൻ ഫലമെന്റെ ഉദരത്തിൽ
വന്നെന്റെ അന്തകനായവൻ...
പൊന്നോമനേ എന്നതിനപ്പുറമൊരു
വാക്കു പോലും കൊണ്ടവനെ വിളിച്ചിട്ടില്ല..
സുഖസൗകര്യങ്ങൾ തൻ
ശീതളമെത്തയിൽ അവനമരുമ്പോൾ
ഞാൻ നിർവൃതി കൊണ്ടു. കണ്ണിനു
കണ്ണായും പൊന്നിനു പൊന്നായും
കരളിന്റെ കരളായും അവൻ വളർന്നു
വന്നു.. ഒടുവിലെപ്പോഴോണു ലഹരി
തൻ വിഷം അവനിലെത്തിയതെന്ന്
ഞാൻ അറിഞ്ഞില്ല. ഇന്നെന്റെ
ഗർഭപാത്രത്തോളമവന്റെ
കത്തിയെത്തിയെൻ ജീവൻ
അപഹരിച്ചപ്പോൾ ഒരു വേള കൂടി
ഞാൻ നോക്കുകയാണെൻ മകനെ
പന്ത്രണ്ടു വർഷത്തെ കാത്തിരിപ്പിൽ
ഞാൻ പെറ്റൊരു കാളകൂടത്തിനെ

സ്നേഹ സുഗന്ധം

കീർത്തിക മഹേഷ്

ഇന്നെന്റെ നോവിന്റെ ഈറൻ സ്മൃതികളിൽ
ഞാൻ കണ്ട സ്വപ്നങ്ങളെല്ലാം
ഏതോ മഴയിൽ കുതിർന്ന
പാഴ്‌വഞ്ചികൾ
കാറ്റത്തുലയുന്ന പൂക്കൾ
അന്ധകാരത്തിന്റെ ആഴങ്ങളിൽ ചെന്നു
ജ്യോതിയായ് തെളിയുവാനെന്നും
ഞെട്ടറ്റു വീണ പിടഞ്ഞൊരാ തേൻകനി
മാറോട്ടു ചേർക്കുവാനെന്നും
നിൻ വഴിത്താരയിൽ
ചെമ്പനീർ മുകുളമായ്
സ്നേഹ സുഗന്ധമായെന്നും
പൊഴിയുവാൻ കണ്ട
കിനാക്കളിന്നൊക്കെയും
നേർത്ത നിന്നോർമകൾ മാത്രം
ഉള്ളം തുടിച്ചു പോകുന്നൊരീ നേരത്ത്
വ്യർത്ഥമായ് വീശുന്ന കാറ്റിൽ
മണ്ണിന്റെ മാറിലേക്കിറ്റു വീഴുന്നൊരാ
കരിയിലയാണിന്നു ഞാനും..
മൃത്തിന്റെയാഴങ്ങളിൽ
ചേർന്നുറങ്ങുമ്പോൾ
എന്നിലും നിൻ സ്നേഹഗന്ധം....

ലിതി ജീവരാജൻ

പ്രകൃതി

പ്രകൃതിയെ മറന്നുള്ള മനുഷ്യന്റെ
പ്രവർത്തികൾ അതിരുകൾ കടന്നുള്ളതായിരുന്നു
എങ്കിലും മാനവൻ ദുരിതം വിതക്കുവാൻ
പുരോഗമനം എന്നൊരാശയം കണ്ട് പിടിച്ചു
പഴമയെ പാടെ മറന്നൊരു ജീവിത ശൈലിയിൽ
പുതുമയായ് ജീവിതം വിലസിടുന്നു
ദുരിതത്തിൽ പേമാരി മാടി വിളിച്ചൊരാ
പ്രകൃതി തൻ വികൃതി കാട്ടിടുന്നു
കാരുണ്യഭ്രതനാം
സൃഷ്ടിയെ പോലും പുച്ഛിക്കുന്ന മാനവൻ
നീ വെറും നീർക്കുമിളയാണെന്ന് ഓർമ്മിക്കുക
ആവാം പുരോഗമന ചിന്താഗതികൾ തൻ
പഴമയെ മറന്ന് നീ അഹങ്കരിക്കരുത്
അഹന്ത എന്നൊരു ചിന്തകൾ പേറുമ്പോൾ
സൃഷ്ടിയെ പോലും മറന്നിടുന്നു
പ്രകൃതിക്കും ഹുങ്ക് തോന്നുമ്പോൾ വൻ
ദുരന്തമായ് ഭൂമിയിൽ വിളയാടിടുന്നു

നയൻതാര

മയിൽപ്പീലി

പുസ്തകത്താളിൽ ആരുമറിയാതെ
ഒളിപ്പിച്ച മയിൽപ്പീലി പോലൊരു
പ്രണയക്കാലം..

നേർത്ത ഒരു നോട്ടം കൊണ്ടെൻ
ഇടനെഞ്ചിൻ താളം മാറ്റിയ പ്രണയം..

ഒരു നോക്കു കാണുവാൻ
ഇടവഴിയിലെന്നെ
കാത്തു നിൽപ്പിച്ച പ്രണയം...
കാണുന്ന നേരം പറയുവാൻ
തുനിഞ്ഞപ്പോഴൊക്കെയും
ഭയപ്പെടുത്തിയകറ്റിച്ച പ്രണയം.

മൊഴികളിൽ പറയാതെ വരകളിലും
വരികളിലും നിറഞ്ഞൊരു പ്രണയം...

ഓർമയിൽ പെറ്റുപെരുകുന്ന
നീ എന്ന എന്റെ പ്രണയം...!

എൻ പ്രാണനാഥനോടായ്

മറിയം ബീവി അബ്ദുള്ളാഹ്

ഒരിക്കൽ മുറിഞ്ഞു
പോയൊരെൻ മോഹങ്ങൾ
തുന്നിചേർത്തൊരാകാശം
വരച്ചെടുത്ത ചിത്രകാരാ.
സ്തുതികളൊക്കെയും
നിനക്കാകുന്നു..

താളം തെറ്റിപ്പോയൊരെൻ
ഖൽബിൽ പ്രണയരാഗം
നിറച്ചുവെച്ച ഗായകാ.
സ്തുതികളൊക്കെയും
നിനക്കാകുന്നു..

നാദമില്ലാത്തൊരെൻ
ചുവടുകൾ ശക്തിയുടെ
ചിലങ്ക കെട്ടി
പരിഭാഷപ്പെടുത്തിയെടുത്ത
കലാകാരാ.
സ്തുതികളൊക്കെയും
നിനക്കാകുന്നു..

സ്വപ്നങ്ങൾ കൊണ്ടൊരു കൂടാരം

മേദിനി വെണ്ണിലാവ്

ജാലകത്തിനിടയിലൂടെ
അരിച്ചിറങ്ങുന്ന ധനുമാസ
കുളിരും നിലാവെട്ടവും അവരുടെ
പ്രണയത്തിന് സാക്ഷിയായി...
അവന്റെ കൈപ്പടത്തിലെ പച്ച
ഞരമ്പുകളെ തഴുകി നെഞ്ചോരം
ചേർന്നവളിരുന്നു.
ചുംബനങ്ങൾ
കൊതിക്കുന്ന അധരങ്ങൾ അസ്തമയ
സൂര്യനെ പ്പോലെ തിളങ്ങി.
നനുത്ത മൗനങ്ങളാൽ മൂടിയ
മിഴികൾ സ്വപ്നങ്ങൾ കൊണ്ടൊരു
കൂടാരം തീർത്തു

നഹീദ പി.പി.

ഹൃദയം

എന്റെ ഹൃദയം...
ഞാനതൊരാൾക്ക് കടം കൊടുത്തു.
പണ്ട് ആരോ പറഞ്ഞുകേട്ട
ചുവന്ന രക്തപുഷ്പം പോലൊന്ന്.
ഭ്രാന്ത് പൂക്കുന്ന ചെമ്പരത്തികണക്കേ,
അതിനെ ഞെരിച്ചോന്നറിയില്ല.
എങ്കിലും,പകരം കിട്ടിയതിനെ ഞാൻ
പട്ടിൽ പൊതിഞ്ഞു, സുഗന്ധം പൂശി.
പൊന്നു പോലെ കാത്തു...
സ്നേഹം കൊണ്ട് മൂടി.
എന്റേതും അവിടെ ഭദ്രമാണെന്ന
കനവിന്റെ കൽക്കണ്ടംനുണഞ്ഞു,
ആത്മനിർവൃതിയടഞ്ഞു.
ഒരു നാളെനിക്കൊരു ഹൃദയ വേദന.
വെറുതെയൊന്നു തലോടാൻ,
ഞാനത് തിരിച്ചു ചോദിച്ചു.
അയാളത് തരാൻ മടിച്ചു.
ആർക്കോ പണയപ്പെടുത്തിപോലും.'
അടക്കി വെച്ച വീർപ്പുമുട്ടലുകളിൽ

കെട്ടഴിച്ചു വിട്ട മോഹങ്ങളെ
വായ്പയെടുത്തിട്ടുണ്ടാവണം.
ഉള്ളുലഞ്ഞ നോവിന്റെ നീറ്റലിൽ
ഞാനെൻ ഹൃദയം തിരികെ ചോദിച്ചു.
വൈകിയെങ്കിലും തിരിച്ചുകിട്ടി.
ഒരു ഞെട്ടലോടെ ഞാനറിഞ്ഞു,
എന്റെ ഹൃദയത്തിന്റെ പാതി
മുറിഞ്ഞു പോയിരിക്കുന്നു.
മിടിപ്പുപോലും നിലച്ചു പോയിരിക്കുന്നു

പാതി

നാജിയ ഷെർമിൻ

പാതി നശിച്ചതായി ഇനി
എത്ര നാൾ ഇങ്ങനെ
ഇന്ന് ഞാനൊരു ഭ്രാന്തിയാണ്
സ്നേഹം കൊണ്ട് ഭ്രാന്തയവൾ
ഇന്നെൻ ഹൃദയം വെറുമൊരു
മരുഭൂമിപോൽ സാമ്യം
എത്ര മഴഴെന്ന സ്നേഹം
തഴുകിയാലുമൊരു പുൽ നാമ്പു
കൂടി തളിർക്കില്ലന്നുറപ്പ്
എനിക്കുമെന്ന് തളിർക്കണം
പൂക്കണം നിൻ ചുംബനത്താൽ

പാർവതി

അവളിലെ പെയ്ത്മാരി

അവളെത്തിരഞ്ഞു ഞാൻ
പലയിടങ്ങളിൽ
പലതും പിന്നിട്ടൊടുവിൽ
ആൽമരചോട്ടിലെത്തി

വിതുമ്പുന്നൊരവളെ
തേടിയെത്തിയ മാരിക്കു
അവളെ പുണരാതെ
ആവലില്ലാതെയായി...

നൊരമ്പത്തിണ്ണയിൽ പൊഴിയുന്ന
നീർത്തുള്ളിയോട്ടു
നേർത്തൊഴുകാനായി
ചൊല്ലുവാൻ എനിക്കാകുന്നുമില്ല...

അവളെറെ പ്രിയമെറിയ
പൈതലെങ്ങനെ അവളിലെ
സങ്കടതിരയെ തുടക്കുവാൻ
വരാതിരിക്കും...

ആ കടലിരമ്പിൻ തീക്ഷണതയിൽ
ഞാനെന്നെത്തന്നെ മറന്നിരുന്നു...
പെയ്തു തോർന്നിടെട്ടെന്നു
കരുതി ഞാൻ...
ഒപ്പം അവളും!

പ്രമോദ് എസ്.

കാവ്യ പിറവി

ഒറ്റപ്പെട്ടിരുന്നൊരു വാക്കെന്നിലേക്കൊന്നു
എത്തി നോക്കീവരികൾ നെയ്ത്തിടുവാൻ...
ഒരു മാത്ര ഞാനോർത്തെഴുതിയെൻ
ചിന്തയിൽ ഹൃദയം മൊഴിയുന്നു
നിനക്കായ് ജീവനേകിടാം...
ചലനമറ്റൊരു അക്ഷരക്കൂട്ടിനിന്നെന്റെ
മനമൊരു ഹൃദയമേകി സ്വതന്ത്രമാക്കുവാൻ.
ചിന്തയിലലിഞ്ഞൊഴുകും വരികൾക്കായ്
വാക്കെൻ തലയിലേക്ക് ഇഴഞ്ഞു കയറി...
വെറുതെ കൂട്ടിയെഴുതിയ നിനക്കായ്
തുലികയേന്തി ഞാനെഴുതിത്തുടങ്ങുന്നു...
തുലികത്തുള്ളികളിൽ ചലിച്ചൊട്ടുവിൽ
ഒന്നിനോടൊന്നുകൂടി ഒഴുകിത്തുടങ്ങി...
ഇഴഞ്ഞിട്ടുന്നെൻ തലച്ചോർ സിരകളിലൊരു
അക്ഷരക്കൂട്ട് ഇണയെ തേടുമ്പോലലഞ്ഞു...
കൂട്ട് കൂടാനെത്രയോ വാക്ക് നോക്കി
യൊട്ടുവിൽ ഒന്നിലൊരുമിച്ചോടിതുടങ്ങി...
തേന്തൂറും കുടത്തിനു ചുറ്റും ഉറുമ്പുകൾ
ഇഴയും പോൽ വാക്കുകൾ നീങ്ങുന്നു...

ഒരു തിരയായ് മറുതിരയായ് കരചലനം
കടലാസ്സിനുള്ളിലെ വരിയൊഴുകും
കടലാകുമ്പോൾ...
പലവിധ താളം പദമനവധി ഭേദം നിറഞ്ഞിട്ടു-
മതിനുള്ളിലൊരു വൃത്തപ്പൊരുത്തമേകിടും...
ഞാനെൻ വിരൽത്തുമ്പിനാൽ ജന്മമേകി
യൊരീ നിൻരൂപം അകതാരിലലിയവേ...
എൻ കവിതേ..! നിന്നുടെ പിറവിയിൽ
ഞാനിന്നൊരു കവിയായി നിനക്കൊപ്പം ജനിച്ചിടുന്നു...

പ്രദീപ് നീലാംബരി

അമ്മ

അമ്മയെന്ന നന്മയും
അച്ഛനെന്ന പുണ്യവും
ഒത്തു ചേർന്നോരുണ്മയായ്
മാറിടുന്ന ജീവിതം
നന്മ പുണ്യം പോയിടില്‍
ഇരുളിലാകും നമ്മളും
ഇരുളിൽ വെളിച്ചമേകുവാൻ
തെറ്റുകൾ തിരുത്തുവാൻ
നല്ല കൂട്ടുകാരിയായ്
അമ്മയെന്നും ദീപമായ്
ആയിരം കണ്ണുമായ്
ആയിരം കൈയ്യുമായ്
ആയിരം ശ്രദ്ധയായ്
അമ്മതൻ കരതലം
നമുക്ക് രക്ഷയേകിടും
അമ്മയാണ് ദൈവവും
അമ്മയാണ് രക്ഷയും
അമ്മയാണ് നന്മയും
അമ്മ തന്നെ സർവ്വവും

വാക്ക്

പുണ്യ അശോക്

വാക്കൊരു മന്ത്രവിദ്യയാണ്
നാവിൻ തുമ്പിലൊളിഞ്ഞിരിക്കുന്ന മന്ത്രം
വാക്കിനാൽ വദന കുസുമത്തെ വിരിയിച്ചിടാം
വീണ്ടുമൊരു വാക്കിനാൽ മിഴിപ്പൂക്കളെ
പൊഴിയിച്ചിടാം

വാക്കു കൊടുത്തൊരു ജീവിതം പടുത്തിടാം
മറുവാക്കിനാലൊരുവന്റെ ജീവനെടുത്തിടാം
വാക്കിന്റെ നേരിനാൽ സത്യവാനായിടാം
വാക്കൊന്നു വഴുതിയാൽ കള്ളനുമായിടാം

വാക്കിൻ ബലത്തിനാലൊരൈക്യം ചമച്ചിടാം
വാക്കെറിഞ്ഞൊരു ജനതയെ പിരിച്ചിടാം
വാക്കിലുറച്ചീടിൽ നായകനായിടാം
വാക്കൊന്നു മാറ്റിയാൽ വില കെട്ടുപോയിടാം

വാക്കിനോളം മധുരമേറിടും
സായകമതൊന്നില്ല ഭുവിതിൽ
വാക്കിനോളം മൂർച്ചയേറിടും വാളതൊന്നില്ല
ഭുവിതിൽ വാക്കെത്ര വിചിത്രം
പെരുമാളാക്കിടും അടിയാളനാക്കിടും
വാക്കെത്ര വിചിത്രം

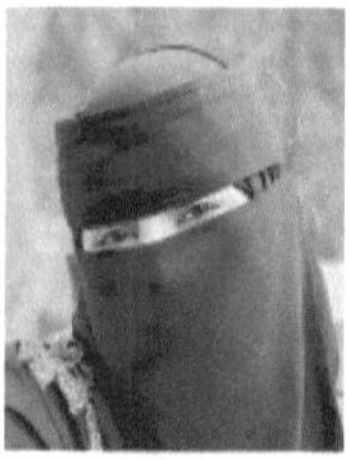

പ്രാണന്റെ വേർപാട്

റംഷില കെ.വി. അരക്കിണർ

ഓർമ്മയുടെ കനൽ നിറച്ചൊരു പെണ്ണിന്
പറയാൻ ഒന്നേയുള്ളു
തന്റെ പ്രാണന്റെ വേർപാട്.
ദൈവത്തിന്റെ വികൃതികൾ ഒരൽപ്പം
കഠിനമായി തോന്നി അവൾക്ക്.
ജനലഴികൾക്കുള്ളിലൂടെ അവൾ
മെല്ലെയൊന്നു നോക്കി.
ഇത്രയും കാലം കണ്ട കാഴ്ചകൾ
പോലെ അല്ലയിന്ന്.
ഇന്നതിന്റെ നിറം മങ്ങിയിരിക്കുന്നു.
ആ കാഴ്ചകൾക്ക് തന്റെ ജീവിതത്തോട്
സമാനതകൾ കണ്ടെത്തുകയായിരുന്നു
അവളവിടെ.
മൂകത അവളെ തേടി വന്നിരിക്കുന്നു.
ആളുകൾക്കു മുന്നിൽ അവളൊരു
കാഴ്ചവസ്തുവായി മാറിക്കൊണ്ടിരിക്കുന്നു.
ഏകാന്തതയിലേക്ക് ആഴ്ന്നിറങ്ങിയ അവൾ
പുനർജനിച്ചതു തന്റെ പ്രാണൻ
നൽകിയ പിഞ്ചോമനകളെ മാറോടു
ചേർത്തപ്പോഴാണ്.

ആ പൊന്നോമനകൾക്കു സാന്ത്വനമേകാൻ
ഇന്നവൾ മാത്രമേയുള്ളൂ.
ഓർമ്മകൾക്ക് കടിഞ്ഞാണിടാൻ
അവൾക്കാവില്ല.
എങ്കിലും തന്റെ പാതി തന്നിലേൽപ്പിച്ച
പിഞ്ചോമനകളെ വാരിപ്പുണരാൻ തന്റെ
കൈകൾക്കേ ആവൂ എന്നവൾക്കറിയാം.
പ്രാണനെ നെഞ്ചിലേറ്റിയവൾ നീറിപ്പുകയുന്ന
മനസ്സുമായി ഒരു ചെറുപുഞ്ചിരിയോടെ
ജീവിതം തുടങ്ങി.
തനിച്ച്.....

ആശുപത്രി വരാന്തയിലൂടെ

റംഷില നസീർ അരക്കിണർ

നിറയേ ആൾക്കൂട്ടങ്ങൾ
എല്ലാ മുഖങ്ങളിലും ഒരേ ഭാവം.
പ്രതീക്ഷ കൈവിട്ട മുഖങ്ങളാൽ
ഇരു കൈകളും ദൈവമെന്ന
ശക്തിയോടു നീട്ടി നിൽക്കുന്ന
ദുഃഖപാത്രങ്ങളാണവർ.
സാന്ത്വനമേകുന്ന കൈകൾ പോൽ
വെള്ള മാലാഖ കൂട്ടങ്ങളും ഉണ്ടവിടെ.
ഉറ്റവരെയോർക്കാൻ പോലും കഴിയാതെ
വേദനയുടെ ലോകത്ത് നീറി കഴിയും
വിധം പൊന്നോമനകളും ഉണ്ടവിടെ.
ഇന്നീ ലോകമെന്തന്നറിയുകയേ വേണ്ടവർക്ക്.
ഒരു നേരമെങ്കിലും വേദനയില്ലാത്തൊരു നിമിഷം
അതാണവർക്കേറ്റവും വലുത്.
തിരിച്ചു വരുമെന്ന പ്രതീക്ഷയാൽ
ഓരോ നേരവും കഴിച്ചു കൂട്ടുന്ന സ്വന്തക്കാരുമുണ്ടവിടെ.
എത്രമേൽ ത്യാഗം സഹിച്ചാലും വീണ്ടു കിട്ടുമെന്ന
പ്രതീക്ഷയാണവർക്ക്.
പണത്തിനും അന്തസ്സിനും വേണ്ടി

കലഹം സൃഷ്ടിക്കുന്ന അഹങ്കാരത്തിന്റെ
നെടുംതൂണുകളായി കഴിയുന്ന
വീരന്മാരെ ഓർത്തു പോയി ഞാനാ നേരം.
അവരോർക്കുന്നില്ലേ ഇങ്ങനെയും
ഒത്തിരി മനുഷ്യരുണ്ട് ഈ ലോകത്തെന്ന്.
ചിന്തകൾ സഹതാപത്തിന്റെ കണ്ണീർ
കണങ്ങളായി മാറിയതറിയാതെ ഞാനാ
വരാന്തയിലൂടെ നടന്നങ്ങു നീങ്ങി.

അച്ഛൻ

റഹ്മത്ത് എലങ്കമൽ

ഇരുട്ടിൽ വെളിച്ചമേകും
നിലാവാണച്ഛൻ..
വരൾച്ചയിൽ ആശ്വാസമേകും
പുതുമഴയാണച്ഛൻ...
വെയിലേറ്റുവാടുമ്പോൾ
തണലായിനിൽക്കും
തണൽമരമാണചരൻ..
തണുത്തുവിറക്കും
പുലരിയിൽ ഉണരാതെ
കമ്പളത്തിൻ
ചൂടിലുറങ്ങുമെൻ
കവിളിൽ കുളിർമുത്തമേകി
തൊഴിൽതേടിയിറങ്ങുന്ന
സ്നേഹമാണച്ഛൻ..
പലവയർ നിറയുവാൻ
അരവയർ മുറുക്കി
പൊള്ളും വെയിലിൽ
പുഞ്ചിരിയോടെ വിരിഞ്ഞുനിൽക്കും
സൂര്യകാന്തിപ്പൂവാണച്ഛൻ..
ഗൗരവം നിറഞ്ഞവാക്കുകളാണേലും
ഹൃത്തിൽ സ്നേഹമഴവില്ല്
വിരിയിക്കുമച്ഛൻ..
പത്തുമാസം എൻഭാരം

ചുമന്നോരമ്മയെ തളരാതെ
നിർത്തിയതുമച്ഛൻ..
പൊലിവുകളേറെയുണ്ടെന്നാകിലും
പുകഴ്ത്തുവാൻ
കൊതിച്ചിട്ടുന്നില്ലച്ഛൻ..
തൻസുഖമെന്തെന്നു
തിരഞ്ഞിടാതെഎന്നും
മക്കൾക്കായ്
വിയർക്കുന്നു അച്ഛൻ..
തേടിപ്പിടിച്ചോരാവേലയിലച്ഛൻ
മഞ്ഞിൽ തണുത്തുമരവിച്ചിടുമ്പോഴും
മഴയിൽ നനഞ്ഞു കുതിർന്നിടുമ്പോഴും
വെയിലിൽ പൊരിഞ്ഞു കരിഞ്ഞിടുമ്പോഴും
പരാതിയില്ലാതെയെല്ലാം
സഹിക്കുമച്ഛൻ..

രഞ്ജിത വി.കെ.

ഓർമ്മകൾ

ഓർമ്മകൾ മിന്നിമറഞ്ഞപ്പോൾ
ഓർത്തെടുക്കുവാൻ ശ്രമിച്ചു
ഞാനെൻ ബാല്യകാലം
ആമ്പൽക്കുളത്തിൽ കടലാസ്സു
തോണിയുണ്ടാക്കി
കളിച്ചു ഞാൻ
ഒത്തിരിയൊത്തിരി മോഹങ്ങൾ
ചിത്രശലഭങ്ങൾ കണക്കെ
എൻ മനതാരിൽ ആടി കളിച്ചു
സന്തോഷവും, സങ്കടവുമായ്
സമീപിക്കുന്ന അമ്മതൻ
തലോടലുകൾ ഒരു വിളി
പാടകലെ മറഞ്ഞു പോയിരിക്കുന്നു
പരിഭവങ്ങൾ പരാതികളായി
മാറുമ്പോൾ മിന്നിമറയുന്ന
പഴയ കാല ഓർമ്മകൾ

അരളിപ്പൂവ്

രമണി കുന്നത്തേഴത്ത്

അതിരാവിലെ എന്റെ ആരാമസീമയിൽ
അരുമയാം പൂക്കളെ നോക്കിനിൽക്കെ
എവിടെനിന്നോ ഒരു നോവും ഹൃദയത്തിൻ
തേങ്ങലെൻ കാതിലൊഴുകിയെത്തി
വണ്ടു മുരണ്ടു മൂളിപ്പറന്നോ? പനീർ
ച്ചെണ്ട് മുള്ളിൽ തട്ടി തേങ്ങിയതോ?
അല്ലല്ലിവിടൊരു കുഞ്ഞരളിപ്പൂവിൻ
ആത്മഗതമല്ലോ കേൾപ്പൂ ചാരെ!
ഒരു സുന്ദരിയുടെ അധരപുടങ്ങളെൻ
അരുണദേഹത്തങ്ങമർന്നനേരം
കോൾമയിർക്കൊണ്ടു ഞാൻ :
സുസ്മിതയവളെന്റെ
ക്ഷേചളപത്രങ്ങൾ ചവച്ചുതിന്നു....
ഹാ!!! കഷ്ടമവളുടെ പ്രാണൻ പറന്നിഹ
ലോകം വെടിഞ്ഞുപോയ് പാവമയ്യോ ....
ഇന്നുള്ള ചെടികളിലേറെയും വിഷ മയം
എന്നിട്ടുമവളതോരാഞ്ഞതെന്തേ?
ഞാനെന്തു തെറ്റാണ് ചെയ്തതെന്നറിയില്ല
പലരുമെൻ ചെടി വെട്ടിച്ചുട്ടുവല്ലോ....

പനിനീർസുമത്തിനു പകരമായല്ലയോ
തമിഴ്നാട്ടിൽ നിന്ന് ഞാനെത്തി പണ്ട് ???
ക്ഷേത്രത്തിലും പിന്നെ അത്തപ്പൂ മുറ്റത്തും
താരമായ് മിന്നിയ കാലംപോയി.... '
ശരിയാണരളിപ്പൂ ചൊല്ലിയതൊക്കെയും
അവളൊരു തെറ്റുമേ ചെയ്തില്ലല്ലോ.
അകത്തളച്ചെടികളിലധികവും വിഷമയം
അറിയുന്നില്ലാരുമീ അപകടങ്ങൾ
കാണുന്നതൊക്കെ കടിച്ചു തിന്നുന്നത്
തീരെ ശരിയല്ലെന്നോർക്കണം നാം...
പാവം! അരളിപ്പൂ നിന്നോട്ടെ മുറ്റത്ത്
വാരിളംതെന്നലിൽ നൃത്തമാടി
ചെമ്പനീർപ്പൂവിൻ പകരക്കാരി...
അവൾ കണ്ണിനൊരുത്സവക്കാഴ്ച നൽകും......

ഇരുതലമൂരി

രഞ്ജു ഗോപാൽ നായർ

പെണ്ണ്
വിഷമുള്ള, വിലയുള്ള
ഇരുതലമൂരിയായ് പിറക്കണം.
ചേർന്നിരുന്നു
പിന്നിൽ നിന്നും മൂർച്ചയുള്ള
നാവിനാൽ കുത്തുന്നവരേയും,
സ്നേഹം നടിച്ച്
ചതിയുടെ ചതുപ്പിൽ
ചവിട്ടി താഴ്ത്തുവാൻ ശ്രമിക്കുന്നവരേയും
തട്ടി മാറ്റുവാൻ കഴിയണം.
അവളെ തൊടുവാൻ ഒന്നു ഭയക്കണം.
സ്വയരക്ഷയ്ക്കായ്
വിഷം ചീറ്റി തുരത്തണം.
അവളിൽ തോൽവിയില്ല..
അവളിൽ കണ്ണുനീരില്ല..
കരുത്തുള്ളവളായും
പെൺവർഗ്ഗത്തിനു മാതൃകയായും
അവളിൽ തലമുറകൾ
പെറ്റുപെരുകേണം.
പെണ്ണെന്നാൽ
വെറുമൊരു സുഖഭോഗ
വസ്തുവല്ലെന്നു പെണ്ണേ...
നീയും തിരിച്ചറിയുക.

രേഷ്മ ആർ. (ജ്വാലാമുഖി)

നിനക്കായി

പറയുവാനാകാത്ത മൗനമായി മിഴികളിൽ
കതിരിട്ടു നിന്ന കിനാക്കൾ
കൈ പിടിച്ച നടന്നിടാം
നമുക്കി വീഥിയിലെ നീലമഴയിൽ നനയാം
സ്വപ്നങ്ങൾ
കൂടൊരുക്കുമീ
താഴ്‌വരയിൽസ്വയം മറന്നൊഴുകാൻ
ചുംബിച്ചുണർത്താം
നിൻ മൃദുമേനിയിൽ
പിന്നെയാ പവിഴാധരങ്ങളിൽ
ചിറകുവിടർത്തട്ടെ നിൻ കാമന
ഭാവനകൾ സ്വയം അലിയാം
ഹൃദയാരവങ്ങളിൽ

റോഷ്നി ബിജു
(മഴയുടെ സഹയാത്രിക)

ഭ്രാന്തി

എന്നിൽ മൊട്ടിട്ട് പൂവായ് വിരിഞ്ഞ്
എനിക്ക് ചുറ്റും പൂക്കാലം തീർത്ത്
ഒരുനാൾ നീ എന്നെ വിട്ടകന്നപ്പോൾ...

ഇരുൾപടർന്ന മുറിയിൽ നിൻ ഓർമ്മകളെ
മാറോട്ടുചേർത്തണച്ച മയങ്ങുമ്പോഴും

ഇരുളിനെ ഭേദിച്ചരിച്ചിറങ്ങിയ
പ്രകാശ കിരണങ്ങളെ അന്നാദ്യമായി
വെറുപ്പോടെ മുഖം തിരിച്ചപ്പോഴും...

കറുത്ത കാൻവാസിൽ വെളുത്ത
ഛായക്കൂട്ടുകളാൽ ഞാൻ തീർത്ത
സ്വപ്നങ്ങളൊക്കെയും ഒലിച്ചിറങ്ങിയപ്പോഴും
നീ മാത്രം മിഴിവോടെ മുന്നിൽ വന്നു...

കാലിൽ മുറുകിയ ചങ്ങല കണ്ണികൾ
തീർക്കുന്ന വേദനകളൊക്കെയും
നിൻ ഓർമ്മകളിൽ അലിഞ്ഞുപോകെ...

ഒരുനാൾ നീയെന്നരികിൽ അണയുന്ന
നിമിഷങ്ങൾ മാത്രമായിരുന്നു എന്നിൽ...

നിൻ കാലൊച്ചകേൾക്കാൻ കൊതിച്ച
കാതോർത്തു മയങ്ങിയ രാവുകളിൽ

ഒരു നേർത്ത കുളിർതെന്നലായ്
നീ അണഞ്ഞനേരം
നഷ്ട്ടവസന്തങ്ങൾ എന്നിൽ
പെയ്തിറങ്ങി...

പാതിമുറിഞ്ഞ നിദ്രതൻ മായയിൽ
തിരഞ്ഞതത്രയും എന്നിൽ വസന്തം നിറച്ച്
ഓടിയകന്ന നിൻ പ്രണയമായിരുന്നു...

ഒരു പൂക്കാലം എനിക്കായ് സമ്മാനിച്ച്
ചതിയുടെ പടുകുഴിയിൽ തള്ളിയിട്ട്
മറ്റൊരു പൂവിനെ തേടിയലഞ്ഞ
നിൻ മുഖം മാത്രമായിരുന്നു...

തേങ്ങലുകൾ പതിയെ അട്ടഹാസത്തിലേക്ക്
വഴിമാറവേ
ഓടിക്കൂടിയ കണ്ണുകളിൽ നിറഞ്ഞത്
സഹതാപമായിരുന്നു...

കേൾക്കാൻ കൊതിച്ച സ്വരമെൻ കാതിൽ
ഭ്രാന്തിയെന്നു വിളിച്ചു ചൊല്ലവേ
കാലിലെ ചങ്ങലകണ്ണികൾ തീർത്ത
വ്രണത്തേക്കാൾ വേദന എൻ പ്രണയം
എനിക്കായ് മൊഴിഞ്ഞ വാക്കിനായിരുന്നു....
ഭ്രാന്തി....

സബീന

പുഴയും ഞാനും

പിച്ചവെച്ച നടന്നകാലം മുതൽ
നീയെന്റെ കളിക്കൂട്ടുകാരനല്ലേ?
ഓരോ രാവും പുലരുമ്പോഴും
ഇരുളുമ്പോഴും നീയും ഞാനും
കണ്ടീടാറില്ലേ!

എന്നോർമ്മകളിൽ നീയില്ലാത്ത രാവുകളുണ്ടോ?
എന്നുമെന്നുള്ളിൽ നിയെനിക്ക് സ്വന്തമല്ലേ...
ആ ഓർമ്മയിലിന്നും ഞാൻ
നിന്നരികിൽ ഓടിയെത്തിയതല്ലേ!

നിന്നോടൊപ്പം കളിച്ച രസിക്കാൻ,
നിന്നാഴങ്ങളിലെല്ലാം നീന്തിത്തുടിക്കാൻ
എന്റെ ക്കൂട്ടുകാരോടൊപ്പം ഓടിവന്നതല്ലേ ഞാൻ!
ആ ഞാൻ ഇന്ന് നിന്നോടൊപ്പം
നിന്നിലലിഞ്ഞുചേർന്നു.

എന്തേ നിനക്കിന്നെന്നോട് രൗദ്രഭാവം,
ഞാനിന്ന് നിന്നെ നോവിച്ചുവോ?
നീ ഇന്ന് എന്നെ വീട്ടുകാരിൽനിന്നും
കൂട്ടുകാരിൽനിന്നും നാട്ടുകാരിൽനിന്നും
എന്തേ നീയെന്നെയടർത്തി മാറ്റി!

നിയെന്നെ വെറുത്തുപോയോ,
ജീവിച്ച കൊതി തീർന്നില്ല;
എന്റെ സ്വപ്നങ്ങളൊക്കെയും

നീ തല്ലിക്കെടുത്തിയില്ലേ!
നിന്നോട് ഞാൻ ചോദിക്കട്ടെ,
നിന്നാഴങ്ങളിൽ എന്നെ നീ
ചേർത്തുപിടിച്ചത് നിനക്കെന്നോടുള്ള
പ്രണയമാണോ?

പുഴയയേ നിന്നാഴങ്ങളിൽ
ഞാൻ വന്നു ചേർന്ന നേരം,
നിയെന്നെ പുണർന്നന്നേരം,
നിൻ കരവലയത്തിൽ
നിന്റെ സ്നേഹത്തിൽ വീർപ്പുമുട്ടി
നിന്നോടൊപ്പം ചേർന്നന്നേരം
നിനക്ക് സന്തോഷമായോ...

അതോ നിനക്കെന്നോട് വെറുപ്പാണോ?
എനിക്കു നിന്നോട് വെറുപ്പില്ല, ഇഷ്ടമാണ്.
ഞാൻ നിന്നെ സ്നേഹിച്ചു, നീയെന്നെയും!
ഇനി നിന്നോടൊപ്പം
നിന്നാഴങ്ങളിൽ നീന്തിത്തുടിക്കാൻ,
നിന്നരികിൽ തുള്ളിക്കളിക്കാൻ ഞാൻ വരില്ല.

ഇനി നിന്റെ സ്നേഹ കരവലയത്തിൽ
തുള്ളിക്കളിച്ചു നിന്നോടൊപ്പം ചേർന്ന
പലരിലൊരാളായ് ഞാനും മാറിയില്ലേ!

ഓർക്കാനൊരായിരം ഓർമ്മകൾ

അബിൻ കെ.എസ്.

മനസ്സിൽ നിറഞ്ഞൊരു
ശലഭമായി മാറിയവൾ
കാത്തിരുന്നതും ചേർത്തു
വച്ചതുമെല്ലാം
അവൾക്കായിരുന്നെങ്കിലും
തിരിച്ചറിയാതെ അവൾ അകന്നു
പോയതെങ്കിലും
ഓർക്കാനൊരായിരം ഓർമ്മകൾ
എനിക്കായി എകിയവൾ
ഇനിയുമെന്തെന്നറിഞ്ഞില്ല അവൾ
കൂടെ ഇല്ലെന്നു കാണുവാൻ
ആകാത്തൊരുള്ളുമായി
ജീവിച്ചിരിപ്പു ഞാൻ
ഏകനായ് മരിക്കുന്ന
നാൾ വരേയ്ക്കും അവളുടെ
ഓർമ്മകൾ തൻ ശേഷിപ്പുമായ്

ശരണ്യ

ആഴത്തിലോടിയ വേരുകൾ

നീണ്ട ഉഷ്ണകാലത്തിനിടയിലാണ്
ആഴത്തിലിറങ്ങിയ വേരുകളെ ഞാൻ
ശ്രദ്ധിക്കുവാൻ തുടങ്ങിയത്.
എന്നിലിത്രനാൾ ഹരിതാഭം നിറച്ചുകൊണ്ട്
മണ്ണിലുറച്ചു നീ അടിപതറാതെ.
എന്നെ ഒരിക്കൽപോലും തളർത്താതെ
തുള്ളി നീരിനു വേണ്ടി നീ ഭൂമിയോട് കേണു.

എത്ര നീറിനീറിയായിരിക്കാം നീ
അകലങ്ങളിലേക്ക് നീങ്ങുന്നത്?
നീ അകലങ്ങളിൽനിന്നാഴങ്ങളെ തൊടുമ്പോൾ
എന്നിൽ ഒരു തളിരില കൂടി പിറക്കുന്നു.
നീ നിന്നിലൂടെ സ്നേഹനീരൊഴുക്കുമ്പോൾ
എന്നിലെ കണ്ണുനീർ ഉറവ വറ്റുന്നു.

എത്ര ആഴത്തിലോടിയാലും എന്നിൽ
ചുറ്റിപ്പിണഞ്ഞങ്ങനെ
ജീവനെ അർത്ഥവത്താക്കുന്നു നീ..
ഒന്നോർത്താൽ,
മനുഷ്യജീവന്റെയും മുഖമുദ്ര
ഇതുതന്നെയല്ലേ.....

തെരുവിന്റെ അവകാശികൾ

ശരണ്യ ലിജിത്
(അഗ്നിപുത്രി)

ഉത്സവപറമ്പിലൂടാ പൂച്ചക്കണ്ണഴകി...
മിന്നിത്തിളങ്ങുന്ന ബലൂണുകളുമായ്...
എൻ മുന്നിലൂടെ നടന്നു നീങ്ങി...
ആരും അറിയാതൊന്ന് നോക്കി
നിന്നുപോകും അഴകാണവൾക്ക്...
ചുണ്ടിൽ ചായം പകർന്നിടുവാനില്ല...
നയനങ്ങൾ എഴുതീടുവാൻ മഷിയില്ല...
കാതുകൾക്കലങ്കാരമേതുമില്ല....
കഴുത്തിലോ മങ്ങിയ മുത്തുമാല...
നഗ്ന പാദത്താൽ നടന്നിരുന്നു...
എണ്ണ പകരാത്ത ചാര മുടിക്കെട്ടിൻ
മുകളിലായ് മങ്ങിയ ചേല പുതച്ചവൾ...
രാജസ്ഥാനിയെന്നാരോ മുറുമുറുത്തു...
ആ വാക്കിൻ വിരാമമിട്ടാരോ പുലമ്പിടുന്നു...
തെരുവിന്റെ സന്തതിയെന്നുപോലും....

സത്താർ തേറ്റമല

വിധി

ദേവാനന്ദ് അമ്മയ്ക്ക്
ഉമ്മ കൊടുക്കുന്നത്
വാതിൽ പടിക്കുമേൽ
കുത്തിയിരുന്നു ഞാൻ
കൺനിറയെ കാണും.

കുഞ്ഞരിപ്പല്ല് മുളച്ച
മോണ കൊണ്ടോൻ
അമ്മക്കവിളിൽ കടിച്ച്
കുണുങ്ങിച്ചിരിക്കെ
അമ്മയുടെ കൂടെ
ഞാനും ചിരിക്കും.

പിച്ചതാത്ത പറഞ്ഞോനെ
കൈപിടിച്ചു നടത്താൻ
അച്ചന്റെ കൂടെ ഞാനും
താളം പിടിച്ചമ്മയും കൂടും.

ഞാൻ പിറന്ന് പതിനേഴാണ്ട്
പിന്നിട്ടാണ് ആറ്റുനോറ്റോൻ
പിറന്നതെന്നമ്മ ഇടക്കിടക്ക്
പറഞ്ഞു കൊണ്ടിരിക്കും.
വീഴാതവന്ന് താങ്ങാവണെന്ന്
എന്നെ ഓർമ്മിപ്പിച്ചും
ഞങ്ങളെ കാലം കഴിഞ്ഞാ

കുഞ്ഞിനെ പൊന്നുപോലെ
നോക്കണ്ണെന്ന് പറഞ്ഞും
അമ്മ കണ്ണുനിറക്കും.

ദേവാനന്ദു വിളമ്പണത് പോലും
അമ്മക്കിഷ്ടമല്ല അതുപോലെഅച്ചനും.
കരഞ്ഞാൽ കുറ്റം
എനിക്കു മേൽ ചുമത്തി
അമ്മ തവികൊണ്ട് അടിച്ച്
അച്ചനോടെ ന്റെ കുറ്റം പറയും
അതുകേട്ട് അച്ചനെന്നെ കണ്ണുരുട്ടും.

എന്നാലും അച്ചനും
അമ്മയ്ക്കുമെന്നപോലെ
എനിക്കുമോൻ പഞ്ചാര
കട്ടയാണ് കരളിന്റെ കഷ്ണവും.

ഇന്നമ്മയെ പുതപ്പിച്ച്
അച്ചനോടൊപ്പം കിടത്തിയ
ഉമ്മറകോലായിൽ
അന്നിരുന്ന വാതിൽ
പടിയില് ഞാനിരുന്നു.

മോണകാട്ടി ചിരിച്ച്
അമ്മതൻ കവിളിൽ
കടിച്ച് ചുണ്ടോണ്ട്
ചുണ്ട് ഉമ്മവെച്ച
ദേവാനന്ദ് മാത്രമില്ല.

ലഹരി മൂത്തിട്ടോൻ
വെട്ടികീറി കഷ്ണങ്ങളാക്കിയ
ദേഹങ്ങൾക്കിന്ന് പരാതിയും
പരിഭവങ്ങളേതുമില്ല.
അല്ലേലും അമ്മയ്ക്ക്
ഒനെക്കുറിച്ചൊരു
പരാതിയുമില്ലായിരുന്നല്ലോ.

നേരം കിട്ടുമ്പോളെല്ലാം
നന്ദുന്റെ വൈവിട്ട
ബന്ധങ്ങളെ കുറിച്ച ഞാൻ
അമ്മയോട് പരാതി പറയും.
മഞ്ഞപിടിച്ചോന്റെ കണ്ണില്
കാണുന്നതെല്ലാം മഞ്ഞയായി
തോന്നുമെന്ന് പറഞ്ഞമ്മ
എന്നെ കുറ്റം പറയും.

ഓനെന്റെയും ചോരയെല്ലെ
അമ്മേന്ന് ചോദ്യമെറിഞ്ഞാലമ്മ
നിന്നേക്കാൾ ഇത്തിരി
വെളുത്തതുകൊണ്ടോനോട്
അസൂയയാന്ന് പറഞ്ഞെന്റെ
നേരെ കൈയ്യോങ്ങും.
നിങ്ങളിങ്ങനെ
താലോലിച്ചാ ഓൻ
നശിച്ചുപോവുമെന്ന്
ഞാൻ സങ്കടം പറയും.

കഷ്ണങ്ങളായ
ദേഹം പെറുക്കിക്കൂട്ടി
തുന്നിക്കെട്ടി പുതപ്പിച്ച കിടത്തിയ
ഉമ്മറ കോലായിലാകെ
നന്ദൂന്ന് വിളിച്ച് നടക്കുന്ന
അമ്മയുടെ കാലൊച്ച
ഞാൻ കേട്ടു.
ഇനിയൊരിക്കലും
നടക്കാത്ത വിധം
അറ്റുപോയ പാദങ്ങളുടെ
പെരുവിരലുകൾ കൂട്ടികെട്ടി
തണുത്തു വിറങ്ങലിച്ച്
അമ്മയും കൂടെ അച്ചനും.

കൊഞ്ചിച്ച വഷളാക്കിയതാണെന്ന്
കൂട്ടംകൂടിയവരിലാരോ പറഞ്ഞു.
അഞ്ഞൂറു രൂപക്ക് വേണ്ടിയ
ഒടുക്കം വെട്ടിനുറുക്കിയതെന്ന്
മറ്റാരോ അടക്കം പറഞ്ഞു.
ഒന്നും കേൾക്കാൻ
ത്രാണിയില്ലാതെ
ഉമ്മറപ്പടിയിൽ ഇരുന്ന ഞാൻ
കാതുകൾ പൊത്തിപ്പിടിച്ചു.

ഒരു തരിവാങ്ങി നാവിനടിയിൽ
വെച്ചാൽ ഉന്മാദം കൊള്ളാമെന്നും
ഭൂമി പൂക്കുമെന്നും
രാത്രി പകലുപോൽ വെളുക്കുമെന്നും
ഓനോട് ആരും കള്ളം പറഞ്ഞതല്ല.
പറഞ്ഞു പറ്റിച്ചതും.

നോമ്പും നോവും നോറ്റുകിട്ടിയ
ഒരു തരിയെ നോവാതെ
കാറ്റും വീണ് പോവാതെ
താങ്ങിയും പോറ്റിയവരുടെ
'വിധി'യാണ്
കൂട്ടിനാരും ബാക്കിയില്ലാതെ
ഒറ്റപ്പെട്ടു പോയത് എന്റെയും...

മൗനത്തിന്റെ ഇടനാഴി

ഷെമീന മൊയ്തുണ്ണി പുന്നയൂർക്കുളം

മൗനത്തിന്റെ നീണ്ട
ഇടനാഴികൾക്കപ്പുറം.
പ്രകാശം പരക്കുംപോൽ
വാക്കുകളിങ്ങനെ മൊഴിയും
മറവിയുടെ കാണാക്കരകൾ താണ്ടി
എന്നിലെ ഏകാന്തതയെ
മറികടക്കാൻ.
എന്നിലെ ഓർമകൾക്ക്
കൂട്ടിരിക്കാൻ ദൂരെനിന്നും.
ദേശാടനപക്ഷികൾ
കൂട്ടത്തോടെ എന്നിലേക്കെത്തും..

നിൻ മൗനമാകുന്ന
മാറ്റിനിർത്തലുകളിൽ
ഞാൻ മരിച്ചാലും
നിൻ ഓർമകളാൽ കുറിച്ച
എന്നിലെ ഓരോരോ വരികൾക്കും
ജീവനുള്ളിടത്തോളം
നീ എന്നിൽ ഓർമയായി തുടരും
എന്നിലെ നിൻ ഓർമ്മകൾ
അവസാനിക്കത്തിടത്തോളം
കാലം നീ അദൃശ്യമായ്
എൻ അരികിലുണ്ടാവും

സിനു കിടങ്ങൂർ

വൃദ്ധ കാമുകി

നെടിയ കാലമായ് ഞാനർച്ച ചെയ്തിട്ടും
ഹൃദയ നായികേ, നീ കനിഞ്ഞീടില്ലേ
വിരസമാംവിധം നീങ്ങുമെൻ വാഴ്വിനെ
പ്പുതു വഴിയൊന്നിലൂടവേ നീക്കുവാൻ?
ഒട്ടുവിലുള്ളിശ്ശിശിരങ്ങൾക്കായ്ച്ചില
സുഖദ സുന്ദര നാളുകൾ നല്കുവാൻ?
അറിയുമെല്ലാ ചരാചരങ്ങൾക്കുമെൻ
പ്രണയഭാജനം നീ മാത്രമെന്നയേ.

തവ വിരക്തി വെടിഞ്ഞിടാതിങ്ങിനെ
തടഞ്ഞിടായ്കെന്റെ നിർവൃതി പ്രാപ്തിയെ.

സതതം മൂടുപടത്തിനുമുള്ളിലായ്
മരുവിടേണ്ടതോ മുഗ്ദ്ധമാം നിൻമുഖം?
കദന പൂർണ്ണ നിശീഥത്തിൽനിന്നു നീ
വെളിവിലിന്നിയും വൈകാതെ വന്നിടൂ.

മഹിത രാഗാഗ്നിയെന്നിൽക്കൊളുത്തിയ
തവ നയനങ്ങൾ തൻ ദിവ്യ ദീപ്തിയിൽ
മുഴുകി വാഴുന്നതിന്നിനിയെങ്കിലും
അനുമതിയെനിയ്ക്കേകുകയില്ലയോ?
സദയമോർത്താലും, ഇന്നല്ല നീയെന്റെ
ഹൃദയ സാമ്രാജ്യറാണിയായ്ത്തീർന്നതു.

പറകിൽ, നാലു പതിറ്റാണ്ടുകാലത്തിൻ
പഴമയുണ്ടെന്നടിയറവിന്നെടോ?

ഇതിനിടയിൽ നിൻ ചെമ്പൊൻ പുരികുഴൽ
പട്ടുനരതൻ പിടിയിലമർന്നതേ.

ഇതിലെനിക്കെന്തു! പ്രേമിപ്പു നിന്നെ ഞാൻ
നിയതഭാവത്തിലിന്നുമന്നെന്നപോൽ.

ഇളവയസ്സിലേ നിൻ നീല നേത്രങ്ങൾ
ഒരു നവാവേശമെന്നിലുൾച്ചേർത്തുതേ.

ഇളവയസ്സിലേ തൽക്കമനീയത
അടിപെടുത്തിയെന്നന്തരംഗത്തിനെ.

പരിണയേച്ഛതൻ തീപ്പന്തം നിന്നിലാ
യെരിഞ്ഞിടുന്നതു കാണുവാൻ കാത്തല്ലോ
നെറിയെഴും നിൻ നിലപാടുമാനിച്ചു
മറവിൽ നിന്നതു മൽപ്രേമമിത്രനാൾ.

പരിഭവം, പരമാദരമർഹിയ്ക്കും
ഭവതിയോടെനിയ്ക്കിന്നോളം തോന്നീലാ.

ചില പൊഴുതു ഞാൻ വിശ്വസ്ത തോഴരോ
ടരുളിനേനെന്റെ നൊമ്പരമെങ്കിലും
അവരിലാരുമിന്നോളവുമന്യമാ
മൊരു ചെവിയിലുമെത്തിച്ചിട്ടില്ലിതു.

പെരികെ നോവുമെൻ ഹൃത്തിന്നൊരിത്തിരി
പ്പൊറുതി കിട്ടുവാൻ വേണ്ടിപ്പലപ്പൊഴും
മൊഴിയുമെൻ കഥയിപ്പാറക്കെട്ടിനോ
ടൊഴുകിവീഴും മിഴിനീർ തുടച്ചു ഞാൻ.

നിബിഡ മാമരച്ചാർത്തിന്റെ പന്തലിൽ
പകലുമാരമ്യരാവു പണിഞ്ഞിടും
പഴയ കാട്ടിനോടെൻപ്രേമ പ്രശ്നത്തിൻ
ചുരുളഴിച്ചു ഞാൻ പോംവഴി തേടിടും.

പ്രണയവും പരിതാപവും തിങ്ങുന്ന
മനവുമായി ഞാനിറ്റലിത്തീരത്തിൽ
മധുര നാരകച്ചോട്ടിലായ്പ്പൂക്കൾമേൽ
കിടന്നു കാട്ടിയെന്നുൾക്ഷതമാഴിയെ.

കടലലകൾ നിൻ നാമം വിദൂരമാ
റ്റൊലികളോടു പറഞ്ഞു ഞാൻ ചൊല്കയാൽ.

അവിടെയബ്ഭ്രതകാലാവശിഷ്ടങ്ങൾ
ക്കിടയിലായിപ്പുരാതന റോമിനെ
തിരയുകയല്ല ചെയ്തതു ഞാൻ, പിന്നെയോ
കരളിനുള്ളിൽ നിൻകോമള വിഗ്രഹം
കുടിയിരുത്തീട്ടു പൂജിച്ചുപോന്നതേ.

വരുണനുൾപ്പെടെ സ്സർവർക്കും വന്ദ്യയാ
പ്രഥിത വാഹിനിയിസ്സത്യമോരുമേ.

വിരതിയില്ലാതണഞ്ഞിടും വർഷങ്ങൾ
ക്കടിപണിഞ്ഞു കഴിഞ്ഞിടുന്നിങ്ങു ഞാൻ.

നര കയറി വെളുത്തതാമെൻ ശിര
സ്സുരുളുന്നെന്നോടു നേരൊന്നു നിത്യവും:
'മനുജരോടും മറ്റെല്ലാറ്റിനോടുമേ
വിട പറയേണ്ട നാളടുത്തീടുന്നു.'

കുറയുകയാണു ചോരയ്ക്കു ചൂടെന്റെ
തനുബലവും കുറഞ്ഞു വരികയാം.

നിഭൃതമിപ്രേമമെന്നിലില്ലെങ്കിലോ
നിഹിതമായേനെ മാമക പ്രാണാഗ്നി!

ഇതൾ കൊഴിഞ്ഞ പൂക്കൾ

ശിവകുമാർ കൊട്ടയംകാട്

ചിരകാല ഓർമ്മകളെ തളിരണിഞ്ഞിടുമി
ഒരു വസന്തകാല പൂക്കൾ ഇന്ന്
ഇതൾ വിരിഞ്ഞു...

വർണങ്ങൾ വാരി വിതറിയ ആ പൂക്കളെ
ചുംബിച്ചു കൊണ്ട് ഞാൻ ഇന്ന് ഒരു
ചിത്രശലഭമായി പാറി പറന്നിടുന്നു ...

അത്രമേൽ മനോഹരമായി വിരിഞ്ഞ
പൂക്കളിൽ ചിലത് ഇന്ന് ഇതൾ കൊഴിഞ്ഞു
വീണു പോയതെന്തു കൊണ്ട്...

ദിശ മാറി വീശിയ കാറ്റിന്റെ കുസൃതിയോ,
അതോ കാലം തെറ്റി പെയ്ത മഴയുടെ
ക്രൂരതയോ എന്ന് അറിയില്ല...

മൃദുവായ തളിരിട്ട് പൂക്കളിന്റെ ആ മധുരമാം
തേൻ നുകരുവാൻ കൊതിച്ച ആ ചിത്രശലഭം
ഇന്ന് ചിറകു തളർന്നു നിലം പതിച്ചു...

ഇതൾ കൊഴിയാതെ കാത്തു സൂക്ഷിച്ച
ആ പൂക്കളിൽ ചിലത് ഇന്ന് ഇതൾ
കൊഴിഞ്ഞു വാടി കരിഞ്ഞു പോയി...

സൂര്യരാജൻ

എന്നിലെ കാഴ്ച

ഞാൻ എന്നെ തന്നെ കണ്ടു
പേകോലം തുള്ളുന്ന ഉറ്റവരെയും കണ്ടു
കണ്ടവരൊക്കെ നിനക്കാരവർ എന്നോതിയ
അമ്മയേയും കണ്ടു
നിഴൽ പോലും നിത്യമെന്നോതിയൊരു
വഴിപോക്കന്റെ
ദയനീയതയും കണ്ടു.
ജീവിതത്തിൽ എവിടെയും എത്താത്ത
ലക്ഷ്യബോധമില്ലാത്ത എന്നെ ഞാൻ വീണ്ടും
വീണ്ടും കാണുന്നു..
മാറുമായിരിക്കും സമൂലം ഞാൻ നേടിയ
പാതിയോടായി ഉരചെയ്തു.
ഉറ്റവനായി നിന്ന കുശാഗ്രക്കാരനെയും
ഞാൻ കണ്ടു!
കാലങ്ങൾ എണ്ണി എണ്ണി നടന്നു ഞാൻ
ദുഃഖങ്ങൾ ഇല്ലാത്ത ലോകങ്ങൾ കണ്ടു
എൻ സ്വപ്നത്തിൽ!
സുഖത്തിനാധാരം പണമാണെന്ന
സത്യമോതിയവൻ
അവനിൽ ഞാൻ കണ്ടത് പ്രണയമോ?
അതോ നിറവേറ്റപ്പെടുന്ന ഉത്തരവാദിത്തമോ?
നിങ്ങൾ എന്താണ് കാണുന്നത്?

സുമയ്യ

കൈകൾ കോർത്ത്

വർഷങ്ങൾ ഏറെ കൊഴിഞ്ഞു പോയിട്ടും
വർഷങ്ങൾക്ക് മുമ്പ് കൈകൾ കൈകോർത്ത
എന്റെ പ്രിയപ്പെട്ടവളുടെ കൈകൾ ഇന്നും
എൻ കൈകളിൽ ഭദ്രമാണ്!
ബാല്യത്തിൽ അവൾ എന്റെ കൈകൾ
കോർക്കുമ്പോൾ അവൾ എനിക്ക്
കളിക്കൂട്ടുകാരിയായിരുന്നു!
കൗമാരത്തിൽ അവൾ എന്റെ കൈകൾ
കോർക്കുമ്പോൾ എനിക്ക്
അവൾ കാമുകി ആയിരുന്നു!
യൗവനത്തിലും വാർദ്ധക്യത്തിലും
ആ കൈകൾ ഞാൻ കോർക്കുമ്പോൾ
അവളെന്റെ പാതി ആയിരുന്നു!
ജീവിതത്തിന്റെ പല ഘട്ടങ്ങളിലും ആ
കൈകളിലേക്ക് എനിക്ക് സമാധാനവും
ആശ്വാസമായിരുന്നു!
തളരാതെ പിടിച്ചുനിൽക്കാനുള്ള എന്റെ
ശക്തി ആ കൈകളാണ്
അന്നും ഇന്നും എനി എന്നും!
ഇനിയെത്ര ജന്മങ്ങൾ എടുത്താലും
ആ കൈകൾ എൻ കൈകളിൽ
ഭദ്രമായിരിക്കും!

ശ്രുതി

കാത്തിരുപ്പ്

തനിച്ചാകുമീ മരുപാതയിൽ
കൊതിക്കുന്നു ഞാൻ
നിൻ മൊഴി തേനിനായ്
അടർന്നീടുമീ സ്വരപൂക്കളെൻ
മനക്കോണിലെ സംഗീതമായ്

എന്നെ തിരഞ്ഞെത്തുന്ന
നിൻ കാലൊച്ചകളെൻ
മനമാകുന്ന മരുപാതയിൽ
പുഷ്പവർഷമായ്
കുടഞ്ഞെത്തുന്ന ഋമഞ്ഞിൻ
തണുപ്പിലിറ്റു വീഴുന്ന ജലകണങ്ങൾ
പുൽക്കൊടിയ്ക്കേകുന്ന
സൗന്ദര്യം പോൽ

എൻ അകതാരിലൊരു
തീരി വെളിച്ചമായ്
കർപ്പൂരത്തിൻ ഗന്ധമായ്
അകലെയാണെങ്കിലും
എന്നിലെ പ്രണയമായ്
പകുത്തു തരാം നിനക്കായ്
ഞാനെന്റെ ജീവനും
ജീവിതവും പ്രണയമേ...

ശ്രുതി നിർമ്മൽ

നാളെ

നാളെ..നാളെ..
നീളെ.. നീളെയെന്നുര
ചെയ്യാനരുതാത്തയീ
യാസുര ലോകത്ത്..
നാളെയെന്നോർത്തു നീ മാറ്റി
വയ്ക്കുന്നുവോ സർവ്വവും.
നാളെയെന്നൊരു ദിനമോ
ഇനിയടുത്തൊരു
മാത്ര പോലുമുണ്ടെന്നോ
നിനച്ചിരിക്കരുതതെല്ലാം
ബുദ്ധിശൂന്യമെന്നറിഞ്ഞാലും മനുജാ.
ജീവിതപ്പാത മിന്നായം പോലെ
മുന്നിലിന്നു മാത്രമല്ലോ നമുക്ക്..
നാളെയതടഞ്ഞിടാ
മറ്റു നിശ്ചയിപ്പൂ വിശ്വശിൽപ്പിയൊരാൾ
മാത്രമെന്നതും സത്യമല്ലോ.
മത്സരമെന്തിനു ചുറ്റും, ഓർക്കുക
ക്ഷണികമാണീ ജീവിതം!

തഹ്സീറ കാലൊടി

മടുപ്പ്

ഒരു തരം മടുപ്പ് ബാധിച്ചിരിക്കുന്നുയെന്നിൽ.
പേരറിയാത്ത ചില മടുപ്പുകൾ.
അതെന്നിൽ വല്ലാത്തൊരു ഭയവും
എന്തിനൊക്കെയോ വേണ്ടിയുള്ള ത്വരയും
സൃഷ്ടിച്ചിരിക്കുന്നു

എന്റെ മനസ്സിനും ഹൃദയത്തിനും മാത്രമല്ല
എന്റെ കരങ്ങളിലും പാദങ്ങളിലും വരെ മടുപ്പ്
പടർന്നിരിക്കുന്നു.
പറിച്ചെറിയാനാവുന്നില്ലൊന്നിനെയും.

മോഹിച്ചതൊക്കെയും ഇന്നെവിടെയൊക്കെയോ
ചിതറിക്കിടക്കുകയാണ്.
പെറുക്കിയെടുക്കാനാവാത്ത വിധം അവ
വികൃതമായിരിക്കുന്നു .

ജീവിതമെന്ന നൗക തുഴഞ്ഞു ഞാൻ
എത്തിച്ചേർന്നതൊട്ടുവിലൊരു
നടുക്കടലിലായിരുന്നു
ദിശയേതെന്നറിയാതെ
ഞാൻ തുഴഞ്ഞ വള്ളം ഉലഞ്ഞുകൊണ്ടിരുന്നു.

എന്റെ മടുപ്പുകൾക്കും മരവിപ്പുകൾക്കും
വിരാമമിടാൻ സമയമായി.

അമ്മ

താരകൃഷ്ണൻ ജി.

ആദ്യമായെന്നിൽ സ്പർശിച്ച
സ്നേഹമേ കൺ തുറന്നു ഞാൻ
കണ്ടൊരു ദീപമേ സ്നേഹ ചുംബനം
തന്നൊരാ സത്യമേ പാരിൽ എന്നുമെൻ
കൺ കണ്ട ദൈവമേ കഥനമേറെ
സഹിച്ച നീയേ സദാ ജന്മമേകാനെനിക്കീ
ഭൂമിയിൽ നന്ദിയെത്ര ഞാൻ ചൊല്ലിയാൽ
തീരുമീ സഹനമേന്തിയ അമ്മതൻ
നോവിനെ പിച്ചവെച്ച് നടന്നൊരാ വീഥിയിൽ
കാവലായതോ നിൻ കരം മാത്രമേ
നന്മയാകുന്ന പാത യില്ലൂടെന്നെ ഇത്ര
ദൂരവും നയിച്ചൊരാ പുണ്യമേ എന്റെ
തെറ്റിനെ ശരിയാക്കി മാറ്റുവാൻ ശക്തി
തന്നൊരാ മാതൃവാത്സല്യമേ എന്നുമെപ്പോഴും
കൂപ്പുകരങ്ങളാൽ ചൊല്ലിടുന്നു
ഞാൻ നന്മയേകീടണേ

ഉഷാമോഹൻ

മഞ്ഞുതുള്ളി

ശിശിര കാല സന്ധ്യയിൽ
അസ്തമയ സൂര്യന്റെ
കിരണങ്ങളേറ്റ്
പുൽക്കൊടിത്തുമ്പുകളിൽ
വൈഡൂര്യമായ് തിളങ്ങുമ്പോൾ
മനോഹരമാകുമീ ധരിത്രിയും.

വൃക്ഷലതാദികൾ
ഹിമകണമേറ്റ്
തളിരിട്ട് നിൽക്കുമ്പോൾ
മഞ്ഞുതുള്ളിയാൽ പൊതിഞ്ഞു
നിൽക്കും പൂക്കളെ തഴുകിവരും
മന്ദാമാരുതൻ
ഹൃദയത്തിൽ ആഹ്ലാദം നിറക്കുന്നു.

ഈ ശിശിരകാല സന്ധ്യയിൽ
ഈ കുളിരും കാറ്റിൽ
നിൻ മധുരമാം മൊഴിയിൽ
നിറഞ്ഞു എൻ മനം
ഒരു മഞ്ഞു തുള്ളിയായ്
മഞ്ഞുകാലം മനോഹരം
മഞ്ഞുതുള്ളിയും സുന്ദരം.

അരുൺ വി.

ജീവസൗഗന്ധികം

എൻ ജീവപുഷ്പമാം ജീവിതയാത്രയിൽ
അറിയാതെ അലയുന്ന മാർഗരേണുക്കളെ
ബാല്യകൗമാരത്തിന് അഴകുള്ള സ്വപ്നവും
അറിയാതെ ഓർത്തുപോയ് ഒരുവേള ഞാൻ
ഒന്നുമല്ല ഒന്നുമല്ല എന്നൊരു സ്വപ്നവും
എല്ലാം ഞാൻ തന്നെയാണെന്ന തന്ത്രവും
അറിവിന്റെ ആഴങ്ങൾ തിരയുന്ന വേളയിൽ
പിടിവിട്ടു പോയി മനം മായവലയത്തിൽ
നിറമുള്ള സ്വപ്നങ്ങൾ മാലയായ് മാറ്റി ഞാൻ
പിരിയാത്ത സൗഹൃദം പ്രണയാർദ്രമാക്കി ഞാൻ
ഇതെല്ലാം മായതൻ നാട്യമോ
അതോ ചിത്തത്തിൻ മോഹമോ.
ബുദ്ധനെ കണ്ടില്ല ബുദ്ധിയെ കണ്ടു ഞാൻ
അറിയുന്നു ഞാൻ എന്റെ ബുദ്ധിമാന്ദ്യ ത്തേയും
ജീവിതയാത്ര തൻ അവസാനയാമത്തിൽ
ശ്രമിക്കുന്നു ഞാൻ പരംപൊരുളിനെ അറിയുവാൻ
കഴിയുമോ ഞാൻ എന്ന ഞാനിനെ മാറ്റുവാൻ
പരംപൊരുളാം സത്യത്തെ അറിയുവാൻ.
സത്യത്തെ അറിയുവാൻ മിഥ്യയെ കളയണം
മറ്റൊന്നും അറിയാതെ മുക്തിയിൽ എത്തുവാൻ.

യാസ്മിൻ മിർസ

സ്നേഹം

ആർക്കുംകൊടുക്കത്തൊരു സ്നേഹം
നമ്മളൊരാൾക്ക് നൽകുമ്പോൾ
ആരും തരാത്തൊരു
സങ്കടം തിരിച്ച തരാനുള്ള
അവസരം കൂടിയാണ്
അയാൾക്ക് നൽകുന്നതെന്ന് ഓർത്തു
വെക്കേണ്ടത് നല്ലതാണ്
സ്നേഹം ഒരു വലിയ നദിപോലെയാണ്
ഇത്ര ഭാഗം പ്രണയം
ഇത്ര ഭാഗം വാത്സല്യം
ഇത്ര ഭാഗം സൗഹൃദം
എന്നൊന്നും വേർത്തിരിക്കാൻ പറ്റില്ല
അതുകൊണ്ടല്ലേ സ്നേഹത്തിന്
ഇത്രമാത്രം ഭംഗി.....

മേരി ദയ

സൗഹൃദം

കനലായി എരിയുമീ സൗഹൃദങ്ങൾ
ഇന്നീ വേളയിൽ....
സ്നേഹമായി ആളിപ്പടരുമെൻ ഹൃത്തിൽ
പുതു ലോകത്തിൽ പിടികളെറിഞ്ഞാൻ
നവജീവിതത്തിലാർത്തുല്ലസിച്ച ഞാൻ
ഒരു വൃക്ഷത്തിൻ ചില്ലയെന്നപ്പോൾ
ഹൃത്തിൽ സ്ഥാപിച്ചൊരെൻ സൗഹൃദം

ബിനോയ് വർഗീസ്

ഈ നോവിന്റെ തീരവും കടന്ന്

പാടുവാനാകാത്ത പൈങ്കിളിയിന്നൊരു
പൂമരക്കൊമ്പിലായ് വാസമായി,
പൂമരക്കൊമ്പിലെ പൂക്കാത്ത ചില്ലയിൽ
പാഴായ തൻ ജന്മം ചേർത്തുവെച്ചു....
ഇനിയെനിക്കൊട്ടുമേ കരയുവാനാകില്ല
ഇനിയെന്റെ കണ്ണിലും മരുഭൂമി മാത്രം,
ഇന്നലെ പെയ്തൊരാ മഴ തോർന്നു പോയപോൾ
ഇന്ന് നീ എൻ സ്മൃതിയിലായാണ്ടു പോയി....
എൻ മിഴി തൻ ചൂടതിൽ കാഠിന്യമോർത്തപ്പോൾ
പൂത്തൊരാപൂമരവും തൻ ഇല കൊഴിച്ചു,
ഇലയില്ലാ പൂമരക്കൊമ്പിന്റെ മാറിലായ്
ഞാനെൻ ജീവന്റെ അവസാന ശിശിരം കണ്ടു....
എന്റെ ജീവിത സായാഹ്നതീരം കണ്ടു!!!

അനു

ശിക്ഷ

ഒഫീഷ്യൽ ഫയലിലെ
വാചകത്തിൽ നിന്ന്
തെന്നിവീണ വാക്ക്
തിരിച്ച് കയറാൻ പറ്റാതെ,
നിയമക്കുരുക്കിലകപ്പെട്ടു
പ്രതിക്കൂട്ടിലായൊരു
വാക്കിനെ
ജാമ്യത്തിലെടുക്കാൻ
പോലുമാരും തുനിഞ്ഞതില്ല.
ഘോര ഘോര വാദഗതികൾ കേട്ട്
തല പെരുത്ത്,
പെരുത്തൊടുവിൽ
കുറ്റമേറ്റു....
ന്യായാധിപൻ വിധി പറഞ്ഞു ...
കൂരിരുട്ട് മാത്രം കൂട്ടായൊരിരുട്ടു മുറിയിൽ,
ജീവപര്യന്തം തടവ്!

ലിൻസി

മരണപുല

മുത്തശ്ശി മരിച്ച
പുലയാണു പോലും
രക്തബന്ധത്തിൻ നിർണയം
നിമിത്തം പുലകിടക്കാൻ
ഉരിയാടി കർമ്മികൾ
മരിച്ച ഉടലിൻ ശാന്തി നിർണ്ണയം
ഉറ്റവർതൻ പുലയാണു പോലും
പുല കിടന്നില്ല ഞാൻ
എന്തിനു കിടക്കണം?
ജീവിച്ചിരിക്കെ ശാന്തി പകരാത്ത
ഞാനെന്തിനു പുല കിടക്കണം?
അഞ്ചിന് അസ്ഥിതിപെറുക്കൽ
വെള്ളം കൊടുത്തില്ല ഞാൻ
എന്തിനു കൊടുക്കണം?
ജീവിച്ചിരിക്കെ ഒരു തുള്ളി
വെള്ളം കൊടുക്കാത്ത
ഞാനെന്തിനിതു ചെയ്യണം?
കുളിച്ച ശുദ്ധി വരുത്തീല്ല
വ്രതം നോറ്റില്ല, ബലി ഇട്ടില്ല
അന്ത്യകർമ്മങ്ങളിലൊന്നും
ഞാൻ പങ്കാളിയായില്ല...
മുത്തശ്ശി ജീവിച്ചിരിക്കെ
തിരിഞ്ഞു നോക്കാത്ത
ഞാനെന്തിനു മരണാനന്തര
കർമ്മങ്ങൾ മുറ പോലെ ചെയ്യണം?

മരണം

ആതിര നെല്ലിമൂട്

സുഗന്ധം പരത്തിയ
പാതിരാപ്പൂക്കളും
ഇരുട്ടിന്റെ മറവിലെ
ചകോരങ്ങളും
പാടുന്നു പറയുന്നു
നിന്നെക്കുറിച്ച്
നീയാണ് നീയാണ്
നീയാണ് മരണം!
എന്നിലെ സ്നേഹവും
ശബ്ദവും രക്തവുമൊരു
നിമിഷത്തിൽ
മണ്ണോടു ചേർത്ത്
കണ്ണീരിലാഴ്ത്തി
ചെറുപുഴവായും
പുകയായുമെന്നെ
മണ്ണിലൊളിപ്പിച്ച
നീയാണ് നീയാണ്
നീയാണ് മരണം...
ഹോ! മരണമേ...
നീയെന്നെ ഇത്രയേറെ
സ്നേഹിച്ചിരുന്നുവെങ്കിൽ
ഇത്രയും നാൾ
കാത്തിരുന്നതെന്തിനായിരുന്നു...

സുനിൽ നടയ്ക്കൽ

മഴപാറ്റകൾ

പുതുമഴയുടെ പിറവിയിൽ
ക്ഷണികമായൊരു ജീവിതം
ഞൊടിയിടയിൽ ജീവനറ്റു
പാരിതിൽ വീഴവേ..
വ്യഥനിറയ്ക്കും ജീവ സൃഷ്ടിതൻ
പേരിത് മഴ പാറ്റകൾ..
ജനനി തൻ മടിത്തട്ടിലൊരുനാൾ
ചിറകു വച്ച് മുളക്കവേ..
ധരണി തന്നിലീശ്ശൻ അളന്നു
നൽകിയ ജീവിതം..
ഉയരമേറെത്താണ്ടുവാൻ
സമയമില്ലെന്നറിയുകിൽ..
വിധിയെ ഓർത്ത്
പരിതപിക്കുവാൻ
കാത്തുനിൽക്കാതിന്നവർ...
പതിയെ വാനിലുയരവേ
മരണ കാഹളം
വെളിച്ചമായിവന്നെത്തവേ
നടനമാടി ചിറകുവെച്ചവർ

പാരിലാമോദത്തോടവേ...

വിധിയുടെ വിളയാട്ടമിതൊന്നു
മാറ്റുവാൻ അതിനാകുമോ?

പുതുവെളിച്ചം കണ്ടമാത്രയിൽ

അലറിയെത്തിയവർ മോദമായി...

ചിറക് വേർപെട്ടു വീണു

മൃത്യു തൻ വീഥിയിൽ..

മനുജനന്നവർക്കേകിയ

പേരിതീയാം പാറ്റകൾ...

സജിത ജി.

കിനാവ്

കടലിന്നൊരായിരം കഥ
ചൊല്ലുവാനുണ്ട്
തീരത്തടുക്കുമ്പോൾ കാറ്റിൻെറ
മർമ്മരം
ചുണ്ടുകൾക്കെന്തോ
പറയുവാനുണ്ടിന്ന്
പറയാൻ തുടങ്ങുമ്പോൾ
മിഴികൾ നിറയുന്നു
ഒന്ന് നീയറിയുക ഒരു നേർത്ത
മന്ദസ്മിതം തൂകി നിൽക്കുമ്പോൾ
കാണുവാനെങ്കിലും ചന്തമുണ്ട്
കാലമേ നീ തന്ന
നോവുകളത്രയും പൊൻ പളുങ്ക്
പാത്രം പോൽ മനസ്സിൽ
സൂക്ഷിച്ചിടാം

ഋതുക്കൾ

ഡോ. സൗമ്യ ശ്രീകാന്ത്

മഴയായ് പെയ്ത് പുഴയായ് ഒഴുകി
അലയായ് മാറി ഓളമായി തഴുകി
ഭൂമിയിൽ കത്തി ജ്വലിക്കുന്ന
വേനലിൽ പുതുജീവൻ
നൽകുവാൻ നീ എത്തുകില്ലേ...
കാർമേഘങ്ങളിൽ ഒളിച്ച നീ
ഒരിക്കൽ മഴമേഘങ്ങളായി മാറിയില്ലേ...
ശിശിരകാലത്തിൽ കൊഴിഞ്ഞുവീണ
ഇലകളെ തലോടിയതും നീ മറന്നു പോയോ..?
ശരത് കാലത്തിലെ പുലർ
കാലമഞ്ഞിന്റെ കുളിരും
വസന്തകാലത്തിന്റെ പ്രകൃതിയുടെ ശോഭയും
ഹേമന്ത കാലത്തിന്റെ വർണ്ണക്കൂടാരവും
എല്ലാമെല്ലാം ഇന്നലെ കണ്ട
വർണ്ണ സ്വപ്നങ്ങൾ പോലെ മാറീടുമ്പോൾ...
ഗ്രീഷ്മ കാലത്തിലെ വേനലിൻ
ചൂടിൽ കുളിരു പകരുവാൻ നീ
എത്തുകില്ലേ...

നിജിൻ യു.ആർ.

വാത്സല്യം നിറഞ്ഞ അമ്മ

താരാട്ട് പാട്ടിന്റെ ഈണം
അമ്മ നൽകുന്ന വാത്സല്യപ്പൂക്കൾ
ഓർക്കുവാനെന്തു ചേല്
ബാല്യം സുന്ദര മഞ്ജുതലോകം
പിഞ്ചു പാദങ്ങളിലങ്ങ് ഓട്ടം
വീഴും പുഴയിൽ കണ്ണീരാലാകും
വാരിപ്പുണർന്നമ്മ ഉമ്മ
കളേകും
തലോടിയാ വേദന തീർക്കും
കുസൃതികൾ കണ്ടു ജ്വലിക്കുമ്മ
കോപഠതല്ലായി മാറുന്ന നേരത്ത്
പൈതലിൻ പുഞ്ചിരിക്കൊഞ്ചൽ
കണ്ടമ്മ സ്നേഹത്തിൻ
പാൽക്കടലാകും

നഷറ സി.എച്ച്.
ആലത്തൂർ

അക്കം തീർന്ന കലണ്ടർ

കലണ്ടറിന്റെ താളുകൾ
കാറ്റിൽ കലമ്പിയാടി
താഴെ നിശ്ചല ശരീരവുമായി
അവൾ നീണ്ടു നിവർന്നു കിടന്നു
അടുത്ത 25 ന് മകളുടെ
വിവാഹമാണ്.
അതിന്റെ ഒരുക്കങ്ങളുടെ
തകൃതിക്കിടയിലാണ്
അവളുടെ യാത്ര
അവളെ സംബന്ധിച്ച്
കാലഹരണപ്പെട്ട
അക്കങ്ങൾ അവസാനിച്ച
കാലക്രമീകരണം
അപ്രസക്തമാണ്
എന്നാൽ
ജീവിച്ചിരിക്കുന്നവർക്ക്
തീർച്ചയായും
മറ്റൊരു കലണ്ടർ അക്കം
അനിവാര്യമാണ്
വേനലും, വർഷവും
നിറഞ്ഞു പൂത്ത വസന്തവും
താളുകളിൽ അക്കങ്ങളായെത്ര

മാറി മറിഞ്ഞുപോയ്
ഓർമ്മകൾ തിങ്ങിയൊരു
നെടുവീർപ്പിൽ പോയ കാലം
ചിത്രങ്ങൾ നെയ്തു
ഇനിയെല്ലാം നിശ്ചലം
അങ്ങോട്ടോയിങ്ങോട്ടോയില്ല
മറിക്കാനായി താളുകൾ
മായ്ക്കുവാനാവാത്ത ഇന്നത്തെ അക്കം
ചുവന്നനിറത്തിൽ അടയാളമാവും
അപ്പോഴും മിടിക്കുന്ന ഹൃദയങ്ങൾ
നാളെകൾക്കായുള്ള നെട്ടോട്ടത്തിൽ
മറിയുന്നു കലണ്ടറിൻ
താളുകൾ നിലയ്ക്കാതെ

www.ingramcontent.com/pod-product-compliance
Lightning Source LLC
Chambersburg PA
CBHW031352230926
51848CB00002B/492
* 9 7 8 9 3 4 9 4 8 8 4 2 7 *